ஸ்ரீவள்ளி கவிதைகள்

ஸ்ரீவள்ளி கவிதைகள்

எழுத்து
பிரசுரம்

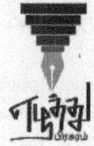

Title: Srivalli Kavithaigal
Author's Name: Srivalli
Copyright © Perundevi 2021
Published by Ezutthu Prachuram

All rights reserved. No part of this publication may be reproduced, stored in a retrieval system, or transmitted, in any form or by any means, electronic, mechanical, photocopying, recording, psychic, or otherwise, without the prior permission of the publishers.

Zero Degree Publishing
No. 55(7), R Block, 6th Avenue,
Anna Nagar,
Chennai - 600 040

Website: www.zerodegreepublishing.com
E Mail id: zerodegreepublishing@gmail.com
Phone : 98400 65000

Ezutthu Prachuram First Edition: December 2021
ISBN: 978-93-91748-89-0
TITLE NO EP: 281

Rs. 350/-

Cover Art: Rohini Mani
Layout: Vijayan, Creative Studio
Printed at Manipal Technologies, India

ஜீவ ஒளியாகத் திகழ்பவருக்கும்
மன ஒளியைத் தருபவருக்கும்

உள்

கவிதையின் திருவிருந்து ஆராதனை 13
இதழ் அவிழும் பொன்கொன்றை 15
ரணத்திலிருந்து அருளுக்கு 19

பொன்கொன்றை பூக்க வந்த பேய்மழை

முதல் எட்டு: மயக்கத்தைப் பரிசீலித்தல் 25
மறுமொழி 27
நிலத்திலிருந்து சொர்க்கத்துக்கு 28
கற்றலின் தொடக்கம் 29
நீர்முக உபாசனை 30
தேன்யாமம் 31
புதிர்வழி 32
பொன்கொன்றை பூக்க வந்த பேய்மழை 34
இரு வேறு உலகங்களின் அரிய கானம் 35
என்னதான் இருக்கிறது நினைக்க 37
பிரிவின் உருவம் 39
எப்போதும் எதுவுமே முதன்முறை அல்ல 40
அலமரல் 42
பூனை விளையாட்டு 44
விமோசனம் 46
எதன் பொருட்டும் இதயத்தை இழக்காதீர்கள் 48
சாதாரணத்துக்குத் திரும்புதல் 49
பாவங்களால் சமன்பட்டிருக்கிறோம் 50
மூவர் 52
தீர்த்தயாத்திரை 53
ஏன் பறைசாற்றுகிறேன்? 54
கலையோ நித்யமோகினி அல்ல 55
மன்றாடல் 57
என் சுண்டுவிரலைப் பற்றி நீ உறங்கிய நாளில் 59
விழி களிகூர்தல் 61
ஆசி 62
கனவிலிருந்து வேனிற் பகலுக்கு 63

முடியாத அன்பின் நித்ய	65
மரணத்துக்கும் ஆயுதத்துக்கும் இடையே மின்னும் விழி	66
மையல் அதன் திருச்சைகைகள்	67
ஆமாம், அப்படித்தான்	68
எரித்தும்	69
தயா ஆன	70
யாருக்கோ யாரோ காத்திருந்தபோது	71
அந்தக் குருவிக்கு அங்கென்ன வேலை	72
எப்படிச் சொல்ல?	75
சில நடைமுறைக் கேள்விகள்	76
பாதை விளக்கம்	77
ரணம்	78
அவி	79
ஒரு பேரழிவின் கூப்பிடு தூரத்தில்	81
உயிர் இயக்கம்	82
சந்திப்பு	84
என்னோடுதான் இருக்கிறாய் என்னோடுதான் இருக்கிறாய்	86
மல்லிகையின் தீபங்கள்	88
முதலும் முடிவும் ஒன்றான பாதையின் ஆப்த வாக்கியம்	89
பலூன்கள்	90
பிறகு	92

பொல்லாத மைனாக்கள்

காற்றின் பெயர் இரண்டு	95
தொடர்பற	96
ஒரு இதயத்தோடு கரம் கோர்க்கிறாய் அதற்குப் பின்?	97
வெளிப்படுகை	99
எழுதாப் பெயர்	100
உன்னைத் தின்னுதல்	101
புழு	102
டிசம்பர் கூற்று	104
எனக்கு உன்னிடம் என்னதான் வேண்டும்?	105

அந்தரங்கமானவர்களுக்குள் கசப்புற்ற விவாதம்	106
Clit	107
வசியம்	108
தேர்வு செய்யப்பட வேண்டியவன்	110
நான் அந்த மீன்	111
வார்த்தைக் குழப்பம்	112
காலம் கடந்த கேள்விகளுக்கான பதில்கள்	113
உன் பெயர்	114
நீ நிலவு நான் பாம்பு நான் நிலவு நீ பாம்பு	115
அடுத்த வாரம் திரும்பி வருவேன்	116
மனிதர் பறவை கனவு	118
கண்: ஒரங்க நாடகம்	119
ஆம்	120
நீயாக நீ இல்லாதபோது	121
பச்சைக்கண் பூதத்தின் பின்னால் போகிறவன்	122
பூனை வரும் ஒரு காட்சி	124
உடைமை	125
இடித்துரை	126
இந்நாள்	127
சாதாரணமாக இரு என்கிறாய்	128
அந்த ஊரில் பூவரச மரமில்லை	129
நினைவேக்கம்	131
ஒரு நல்ல காதல் கவிதை எழுதப்படும்போது	132
உனக்கு என்னைப் பிடிக்கவில்லை எனக் கூறியிருக்கக் கூடாது	133
மூதூர்	134
இரவுக் குறிப்பு	135
நெற்கதிராதல்	136
என்றேனும்	137
ஆதரிசம்	139
'சீக்கிரம் பார்ப்போம்'	140
நேரம் அதிகமில்லை	141
இன்றிலிருந்து இன்று	142
அவளுக்கு அவனிடம் கேட்க மூன்று கேள்விகள் இருந்தன	144

எதுவுமில்லை	145
பிரகடனம்	146
முத்தம் பொதுவல்ல	147
இரவின் ஐந்து	148
கிறுவாணம்	149
துயரம் சொல்லும் பொய்	150
மரத்தடியில் இருவர்	151
வேறு யாரோவாக இருக்கும்போது	152
கடைசியில்	153
தீப்பற்றட்டும்	154
இன்னும் பூக்க மறக்கவில்லை	155
காதலில் பேசுதல்	156
மகிழும்	157
உறைதல்	158
இப்போது நாம் மெதுவாகக் குனிந்தால் போதும்	159
உன் கொடை உடல்	161
பருவம் காலம்	162
இறுதிக் கூற்று	163
சாயல்	164
பற்கள்	165
பாதையாக இருத்தல்	167
இடைவெளி	168
நம்பிக்கை	169
மீட்சி	170
கவிதை வாழ்க்கை	172
இப்போது நல்லபடியாக உணர்கிறேன்	173
கேள்விகள்	174
சிக்னல்	175
பொல்லாத மைனாக்கள்	176
உறவாடல்	177
அந்திக் கடற்கரை	178
உன் கண்ணை என்னிடமிருந்து அகற்றிக்கொள்	179

ஏனோ 180
ரோஜா இருபது கவிதைகள் 181

திருவிருந்து

எப்போதும் ஒருவரது முடிவாக இருக்கிறது பிரிவு 205
திருவிருந்து 206
சிலவற்றைச் சரி செய்ய முடியாது 207
கொடுக்கப்படாதவை 208
கரும்புச் சந்தை 209
ஒரு நாள் மொத்த வசந்தத்தையும் ஒரு ஊஞ்சலையும்
கொண்டுவரும்போது 210
தன்னோடிருத்தல் 211
முன்னொரு இரவில் 212
கோணலாய் நகம் வளர்த்த கவி என்ன கவிதை எழுதுவாள்? ... 213
முடிவு 214
ஒரு வெதுவெதுப்பான உள்ளங்கை எனக்கான இடம் 215
தூங்கிக்கொண்டிருப்பவன் அருகே 216
நாற்பது வயதானவர்களின் அகத்தில் 217
தொற்றுக் காலத்தை வேறெப்படி வெல்வதாம்? 218
இரவில் சுவரைப் பார்த்துக் கவிதை எழுதுபவர்கள் 219
தேர்ந்தெடு 220
ஒரு கவிஞரைக் காதலிப்பவர்கள் கவிஞரைவிடவும்
கவிதைகளைச் சொந்தம் கொண்டாடுகிறார்கள் 221
இரு கிளைகள் 223
'நாம்' 224
நற்செய்தி 225
விழைவு 226
நல்லதே நடக்குமென்கிறார்கள் 227
பொம்மையின் நூலை ஆட்டாதிரு 228
மிச்சம் 229
பொருளின் பொருள் 230

என்னோடு எப்போதும் யாரும் இருந்தாலும் யாரும் இருந்ததில்லை	231
இருவரைக் காதலிக்கும்போது	232
மறுப்பெனும் கலை	233
இந்த அறைக்கு நீ வரப்போவதில்லை	234
சிறிய இடங்களும் பெரிய உணர்வுகளும்	235
கதவு தட்டும் சத்தம் கேட்கிறது	236
நீங்கள் வருகை தரும்போது	237
வேற்றுலகங்களில் இருக்கிறோம்	238
எமோஜிகள்	239
வெட்கமில்லாதவன்	240
பூத்துணை	241
வழி	242
சொல்லப்பட்டது	243
என் உலகத்தைத் தூக்கிச் செல்ல	244
அலறல்	245
புல்லின் தன்னந்தனியர்கள்	246
பழைய கடிதத்தைப் படித்துப் பார்த்தேன்	247
அது அப்படித்தான்	248
எல்லாவற்றையும் சொல்லிவிடுவதுதான் நல்லது	249
அவகாசமில்லாதவர்கள்	250
உன் ரத்தத்தின் திடத்தையும்தான் ருசிக்கிறேன்	251
இரவின் இரு முகங்கள்	252
விசாரித்தல்	253
Deja vu	254
சரணாகதி	255

● ஸ்ரீவள்ளி கவிதைகள்

கவிதையின் திருவிருந்து ஆராதனை

ஸ்ரீவள்ளி கவிதைகள் தொகுப்பை கிளாசிக் எடிஷனாக ஸீரோ டிகிரி பதிப்பகத்தார் வெளியிடுவதில் பெருமகிழ்ச்சி அடைகிறேன். ஸ்ரீவள்ளி தமிழ் வாசகர்களுக்குப் புதியவரல்ல. அவரது 'பொன்கொன்றை பூக்க வந்த பேய்மழை' கவிதைத் தொகுப்பு சஹானா வெளியீடாக மூன்று ஆண்டுகளுக்குமுன் (2018) வெளியாகி கவனம் பெற்றது. அந்தத் தொகுப்பின் வெளியீட்டு நிகழ்வில் மனுஷ்ய புத்திரன், பெருமாள்முருகன், கரிகாலன், இசை ஆகியோர் ஆற்றிய உரைகள் தமிழ் நவீன கவிதை குறித்த ஆழ்ந்த, பல்வகைப் பார்வைகளின் பரிமாணங்களை எடுத்துக் காட்டின. அதற்கு அடுத்த ஆண்டு ஸ்ரீவள்ளியின் 'பொல்லாத மைனாக்கள்' உயிர்மை வெளியீடாக வந்தது. வெளியீட்டு நிகழ்வில் பா.வெங்கடேசன், மனுஷ்ய புத்திரன், பரமேசுவரி, அமிர்தராஜ் ஆகியோர் காத்திரமான உரைகளை அளித்தனர். கரிகாலன், பா. வெங்கடேசன் ஆகியோர் அளித்த உரைகள் கட்டுரைகளாகவும் காலச்சுவடு, மின்னம்பலம் இதழ்களில்

● ஸ்ரீவள்ளி கவிதைகள்

பின்னர் வெளிவந்தன.

இன்று வரை ஸ்ரீவள்ளி முகமறியாத பெயராகவே இருக்கிறார். சங்க காலம்தொட்டே பாடலும் கவிதையும் செறிந்த, பாணர் வழி வந்த இலக்கிய மரபில் தன்னை ஒரு சிறு கண்ணியாகக் கருதுகிறார். 'பொல்லாத மைனாக்கள்' வெளியீட்டு நிகழ்வில் ஏழெட்டு நண்பர்கள், வாசகர்கள் ஸ்ரீவள்ளி என்று கவிதைத் தொகுப்பில் கையெழுத்திட்டு வாசகர்களுக்குத் தந்தார்கள். ஸ்ரீவள்ளியின் கையெழுத்தின் பிரத்யேகத்தை மறுக்கும் வகையில் அமைந்த இச்சம்பவம் கவிதை மனம் என்பதற்கு அப்பால் படைப்பாளியின் பெயர்-அடையாளத்தின் முக்கியத்துவமின்மை குறித்த அறிவிப்பாகவும் இருந்தது.

ஸீரோ டிகிரி வெளியிடும் இத்தொகுப்பில் முதல் இரண்டு தொகுப்புகளைத் தவிர 'திருவிருந்து' என்ற மூன்றாவது புதிய தொகுப்பும் இடம்பெற்றிருக்கிறது. மொத்தத் தொகுப்புமே ஸ்ரீவள்ளியின் வாசகர்களுக்கு உவப்பானதாக இருக்குமென நம்புகிறேன், இருக்க விழைகிறேன்.

பெருந்தேவி
சென்னை
நவம்பர் 30, 2021

ஸ்ரீ வள்ளி கவிதைகள்

இதழ் அவிழும் பொன்கொன்றை

இலக்கியப் பிரதிகளுக்கு அர்த்தம் வாசகர்களால் தரப்படுகிறது என்பதால் முன்னுரை எழுதுவதில் எனக்குப் பெரிய விருப்பமில்லை. எனினும், இந்தத் தொகுப்பிலிருக்கும் கவிதைகளுக்கு எழுத்தாளராகக் கையெழுத்து இட்டிருப்பதால் கீழ்வரும் பத்திகள்.

தொகுப்பில் இடம்பெற்றிருக்கும் கவிதைகள் இவ்வாண்டு பிப்ரவரியிலிருந்து மே வரை மூன்றரை மாதங்களில் எழுதப்பட்டவை. குறுகிய காலமே என்றாலும் என் வாழ்வில் இன்றியமையாத மாதங்கள் இவை. உற்றார் ஒருவரின் மரணத்தால் சூழ்ந்த துக்கம் அகலாத நிலையில் புதிய கொந்தளிப்புகளின் அலைகளில் ஆட்பட்ட மாதங்களும்கூட. ஒருபுறம், இதுவரை எதிர்கொண்டிராத 'மற்றொரு நானை' எனது அகத்தினுள் கண்டுணர்ந்த பின்னான அலைக்கழிதல்கள்; இன்னொரு புறம், நீட் தேர்வு மரணங்கள், ஸ்டெர்லைட் படுகொலைகள் உள்ளிட்ட புற விவகாரங்களால் ஏற்பட்ட மன வேதனை.

கவிதைக்கு என்னை ஒப்புக்கொடுத்ததால் மட்டுமே இந்த மாதங்களை என்னால் கடக்க முடிந்தது. சார்லஸ் புகோவ்ஸ்கியின் ஒரு புகழ்பெற்ற கவிதை, 'நெருப்பின் ஊடாக எவ்வளவு நன்றாக நீ நடக்கிறாய் என்பதே ஆகவும் பொருட்படுத்தத் தக்கது' என்கிறது. பூக்குழியில் தட்டுத் தடுமாறி நடந்த சுயத்தின் கருகிய தடங்கள் இக்கவிதைகளில் ஒருவேளை தட்டுப்படலாம்.

கொந்தளிப்புகள் பேரலைகளாக மாறியபோது முதன்முறையாக மனநல மருத்துவரிடம் சென்றதையும் நான் குறிப்பிட வேண்டும். பதினாறு ஆண்டுகளுக்கு முன்பு ஓரிரவில் என்னிடம் பேசிவிட்டு மறைந்த நாற்காலிகளும் காப்பித் தம்ளர்களும் மீண்டும் வாய்களைத் திறந்துவிடுமோ என்ற அச்சமும் ஒரு காரணம். ஆனால் தெல்யூஸ் மற்றும் கத்தாரியின் *(Deleuze and Guattari) "Anti-Oedipus"* போன்ற நூல்களோடு எனக்கு ஏற்பட்டிருந்த பரிச்சயம் மருத்துவ ஆலோசனையைத் தொடர்ந்து ஏற்பதில் பெரிய தடையாக மாறியது. எழுதித்தான் கடக்க வேண்டும் என என்னிடம் என்றோ கூறிய அசோகமித்திரனின் வார்த்தைகள் எண்ணத்தில் எதிரொலிக்க, கவிதையே கதி என்றானது.

குறுந்தொகைக்கும் திருவாசகத்துக்கும் நாச்சியார் திருமொழிக்கும் மீண்டும் என்னைத் தர முடிந்த மாதங்களாகவும் இவை இருந்தன. பொன்கொன்றை பூத்த அரிய பொழுதுகளும் இவை. வாசித்த மற்ற நூல்களில் ஜலால் அல்-தீன் ரூமி கவிதைகளின் தமிழ் மொழிபெயர்ப்பான 'தாகங்கொண்ட மீனொன்று' (மொழிபெயர்ப்பு: என். சத்தியமூர்த்தி) என்னிடம் என்னை வேறொருவராகத் திறந்து காட்டியது. அப்போது ஸ்ரீவள்ளி என்ற பெயரைப் புதிய நான்

புனைந்துகொண்டது. “திக்கற்றுத் திரிவோர் / ஒவ்வொருவரின் / ஏக்கமும் இதுதான்: / ‘இன்னமுதை அருள்கூர்ந்து / எங்களுக்கு வழங்குவாயாக’” போன்ற வரிகள் என்னை இசைக்கருவியாக்கி மீட்டின. ஒரு பிரசன்னத்தைத் தேடி அலையும் உடலற்ற அருவக் குரல் போலானேன். இதுவரை பாராத விழிகளின் அருள், இதுவரை பற்றாத கரங்களின் அரவணைப்பு எனக்குத் தேவைப்பட்டது. இதுவரையிலான எனது வாழ்வில் இறைப் பற்று / மறுப்பு என்ற இருமையில் ஏதேனும் ஒன்றைத் தேர்ந்தெடுத்தே நான் நின்றிருந்திருக்கிறேன். எதிர்கொண்ட தருணங்களைப் பொறுத்தும் வழக்கமான அரசியல் சரிநிலைப் பாசாங்கை மறுத்தும் என் தேர்வு இருந்தாலும், அது மாறியபடியே இருந்தது சோர்வைத் தந்திருந்தது. இருமைக்கு அப்பாலான ஒரு வெளியை யோசிக்க முடியாதிருந்தது. அத்தகைய ஒரு வெளியை சிநேகிதி ஹரி ராஜலெட்சுமி கொடுத்த தத்துவ அறிஞர் ஸிமோன் வெய்லின் *(Simone Weil)* நூலான *Gravity and Grace* காட்டியது. எதிர்நோக்காத மீட்சியின் ஒரு வரைபடம் போல. அதை நோக்கி என் பார்வையைச் சற்றுத் திருப்ப முடிந்தது.

இதை எழுதிக்கொண்டிருக்கும்போது, வினய சைதன்யா அவர்கள் மொழிபெயர்த்த அக்கமகாதேவியின் வசனங்கள் கிண்டில் நூலாக வேறொரு ஜன்னலில் இருந்து என்னிடம் கையசைக்கின்றன. அக்காவின் வசனங்கள் என்னை ஆற்றுப்படுத்தின. சில வசனங்களை மொழிபெயர்க்கவும் செய்தேன்.

அக்கமகாதேவியின் வசனங்களை என் உளங்கொள்ளத் தயார் செய்ய நிகழ்ந்த வினோதமான *lyrical turn* என்றும் இக்கவிதைகளைச் சொல்லலாம். இது

தொடரலாம், தொடராமல் போகலாம். ஆனால், மேலே குறிப்பிட்டிருக்கும் இருமையைத் தாண்டிய, அன்பை ஆதாரமாகக் கொண்ட ஒரு முன்மாதிரி வெளியை நோக்கிய நகர்வுக்கரன உந்துசக்தியை இது அளித்தது. அன்பு என்ற சொல்லே தேய்வழக்காகிவிட்டிருக்கும் காலகட்டத்தில், சகவாழ்வு நெரிபட்டுக்கொண்டிருக்கும் சமூக, அரசியல் சூழலில் மூச்சுக் காற்றைப் போல இந்த நகர்வு. மில்லிமீட்டர் மில்லிமீட்டராகத்தான் என்றாலும் இப்போதைக்கு இது போதும்.

இந்தக் கவிதைகள் உருவாகியபோது தொடர்ந்து சில நண்பர்களோடு, குறிப்பாக சமயவேல், மனுஷ்யபுத்திரன், பெருமாள்முருகன், அரவிந்தன், ஹரி ராஜலெட்சுமி, சுகன், இசை ஆகியோரோடு உரையாடலில் இருந்தேன். நண்பர்களுக்கு என் நன்றி. லண்டனில் ஓவியக் கலைஞர் கே.கே. ராஜா (கிருஷ்ணராஜா) அவர்கள் ஸ்ரீவள்ளியின் கவிதைகளில் தனித்த ஈடுபாடு கொண்டார். வரைவதற்கான உத்வேகத்தையும் உற்சாகத்தையும் இக்கவிதைகள் அவருக்கு அளித்ததை என்னிடம் பகிர்ந்துகொண்டார். அவருடைய சில அற்புதமான வரை ஓவியங்கள் இந்நூலில் இடம்பெற்றிருக்கின்றன. அட்டை ஓவியமும் அவருடையதுதான். நண்பர் கே.கே. ராஜாவுக்கு என் மனமார்ந்த நன்றியும் அன்பும்.

தொகுப்பை ஜலால் அல்-தீன் ரூமிக்கும் தாகங்கொண்ட மீனொன்றுக்கும் சமர்ப்பித்திருக்கிறேன். நான் தந்திருக்கும் குறைந்தபட்ச மரியாதையும் பிரியமும் இது.

ஸ்ரீவள்ளி
24 ஜூன் 2018
சென்னை

ரணத்திலிருந்து அருளுக்கு

'பொன்கொன்றை பூக்க வந்த பேய்மழை' தொகுப்புக்குப் பின் ஸ்ரீவள்ளி கையெழுத்திட்ட கவிதைகள் இனி வராது என நினைத்தேன். ஆனால் கவிதை எழுதுவதோ எழுதாதிருப்பதோ கவிஞர் முடிவு அல்ல என இன்னொரு முறை உறுதிப்பட்டது. கவிதை தன்னைத்தானே எழுதிக்கொள்கிறது என்பது போன்ற பூடகக் கூற்றுகளில் எனக்குப் பற்றில்லை. அதே சமயத்தில், அதிபுனைவான தனி ஆளுமையின் சுயம்பிரகாசத்திலிருந்தும் கவிதையைத் தோற்றுவிக்க இயலாது. மேலும், எழுத்தாளரின் திட்டக் கணக்குகளுக்கு அப்பாற்பட்டது கவிதை. தன் சிறுகதை எழுத்தைப் பற்றி புதுமைப்பித்தனிடம் கேட்கையில் "என்னமோ தோணித்து, எழுதினேன் என்றுதான் சொல்லவேண்டும்" என்கிறார். கவிதையைப் பொறுத்தவரை பேசுபொருள், வரிக் கணக்கு, தொனி, எழுதப்படும் தருணம் எதையுமே திட்டமிட முடியாது என்பதுதான் நிஜம்.

ஸ்ரீவள்ளி கவிதைகள்

கவிதைக்கும் காயம் அல்லது ரணத்துக்கும் இடையிலான தொடர்பை தத்துவ அறிஞர் ழாக் தெரிதா குறிப்பிட்டிருக்கிறார். "காயத்தைப்போல் தன்னைத் திறந்துகொள்ளாதது கவிதையில்லை. காயப்படுத்துவதாக இல்லாதிருப்பதும் கவிதையில்லை" என்கிறார் அவர். கவிதையின் தோற்றுவாயுமேகூட ஆஸ்வாசமான மனநிலையில் அமைந்திருப்பதாக இல்லை. பல வருடங்களாகக் கண்டங்களுக்கிடையில் அலைபாயும் அபத்தமான துண்டுபட்ட வாழ்க்கை, இன்னும் கடந்து செல்ல முடியாத நெருங்கிய உறவொன்றின் இழப்பு. சமீப வருடங்களில் என்னால் கணிசமான அளவில் கவிதைகள் எழுத முடிந்ததற்கு இதுவே காரணம் எனத் தோன்றுகிறது.

'பொன்கொன்றை'க்குப் பின்னர் இரு தொகுப்புகளுக்கான கவிதைகள் சேர்ந்தன. அவற்றை வெளியிடாவிட்டால் என் தலைமீது அமர்ந்திருக்கும் பிசாசு தன் இல்லாத ஒரு காலைக்கூடக் கீழே வைக்காது என்பதால் வெளியிட நினைத்தேன். கவிஞர் மனுஷ்ய புத்திரன் ஸ்ரீவள்ளியின் கவிதைகளை நேசிப்பவர். ஸ்ரீவள்ளியின் அடுத்த தொகுப்பை உயிர்மைக்குத் தர வேண்டுமென ஜனவரி 2019 புத்தகக் கண்காட்சியிலேயே கேட்டிருந்தார். நானும் தருவதாகக் கூறியிருந்தேன். ஆனால், வழக்கம்போல் சோம்பேறித்தனத்தால் தொகுக்காமல் இருந்தேன். சமூக வலைதள சாட் உரையாடல் ஒன்றில் திடீரென கவிதைகளை எப்போது அனுப்புகிறீர்கள் எனக் கேட்டார். விளைவு இந்நூல். அவருக்கும் கவிஞர் செல்விக்கும் உயிர்மை பதிப்பகத்துக்கும், நட்புக்கும் குறுகிய காலத்தில் நூலைத் திறம்பட வடிவமைத்து பிரசுரித்ததற்கும் நன்றி தெரிவிக்கிறேன். ஈடுபாட்டோடு குறுகிய காலத்தில்

அட்டை ஓவியத்தைப் படைத்துத் தந்த ரோஹிணி மணிக்கும் நன்றி. தொகுப்பு உருவாக்கத்தில் உதவிய எழுத்தாளர் அரவிந்தனையும் நண்பர் கிருஷ்ண பிரபுவையும் உயிர்மை சந்தோஷ் கொளஞ்சியையும் நினைத்துக்கொள்கிறேன்.

இத்தொகுப்பில் 'ரோஜா இருபது கவிதைகள்' நீங்கலாக மற்ற கவிதைகளின் மையச் சரடாக ஒன்றைச் சொல்லலாம். அன்பின், காதலின் சாத்தியங்கள், எல்லைகள், நிபந்தனைகள், மயக்கங்கள், திளைப்புகள் ஊடே அகங்காரத்தின் சுயத்தை முழுக்கக் கலைக்க முடியாவிட்டாலும் தள்ளி வைப்பதற்கான யத்தனத்தை எழுதுவதே அது. ஸ்ரீவள்ளியின் கவிதைக்கான இயக்குவிசை அதுவே. இந்த இயக்குவிசை அன்றாடத்தின் நிர்ப்பந்தங்களிலிருந்து, சமயத்தில் சமூக அடையாளச் சுமைகளிலிருந்து விடுவிப்பதாகவும் உள்ளது. அதனால்தான் இக்கவிதைகளில் வரும் நான், நீ ஆகியவற்றை இலக்கணம் வரையறுக்கும் தன்மை, முன்னிலையிடங்களைத் தாண்டி கவிதையின் கூறுமுறையாக மாத்திரமே அணுகுவது கவிதைகளுக்குப் பொருத்தமாக இருக்கும்.

காதலிடம் காதலைவிட அருளின் சாயையையே என்னால் எதிர்நோக்க முடிகிறது. இரக்கமற்ற உலகத்திலிருந்து சமயத்தில் என்னை மறைத்துக்கொள்ள அருள் மட்டுமே உதவும் என்ற நம்பிக்கையில் அது. சுற்றுலாத் தலமாகாத மறைவான காட்டுப் பகுதியில் பொழியும் அருவியைப்போல மேம்பட்ட இடத்திலிருந்து தடதடத்து இறங்கும் அருள் வேகத்தின் பெயரைக் கொண்டிருக்கிறது. கடக்கச் சிரமமான தொலைவுதான். ஆனால், அது எப்போதாவது அள்ளிவரும் மலர்களில் அபூர்வமாக எழில் மலரொன்று திடீரென என் பக்கமாக

ஒதுங்குகையில், அதை வாரியெடுக்கும் கணத்தில் 'நானு'ம் மலரும் இடமாற்றம் காண்போம் என்றொரு எண்ணம்.

'கிழக்கில்,' இந்தியத் துணைக்கண்டத்தில், பேசப்பட்ட அருள் குறித்த தத்துவச் சொல்லாடல்களோடு எனக்கு அதிகப் பரிச்சயமில்லை. ஆனால் இதை எழுதும்போது கேனோபநிடதத்தில் கூறப்படும் மின்னல் மின்ன வியப்பில் 'ஆ!' எனக் கூவும் தருணம் நினைவுக்கு வருகிறது. 'நான்' என்பது கைவிடப்படும் தருணம், மலரை வாரியெடுக்கும் தருணம் அத்தகையதாக இருக்குமென யூகிக்கிறேன். இத்தொகுப்பின் கவிதைகள் அத்தகைய தருணத்தை மீட்டி எழுத முயல்பவை.

வாசகர்களுக்கு என் அன்பும் நன்றியும்.

ஸ்ரீவள்ளி
சென்னை
ஆகஸ்ட் 3, 2019

● ஸ்ரீ வள்ளி கவிதைகள்

பொன்கொன்றை பூக்க வந்த பேய்மழை

ஸ்ரீ வள்ளி கவிதைகள்

முதல் எட்டு
மயக்கத்தைப் பரிசீலித்தல்

நிலாவின் களங்கத்தை
இரு கை விரித்து ஏந்திக்கொள்கிறது

இதை அபிநயிக்கும் வாக்கியத்தின்
தன்மை இடத்தில் காதல்
தன்னை மறைத்துக்கொள்கிறது

★★

மனம் எத்தனை பழைய இடம்
கதவு எத்தனை பழைய பாதுகாப்பு
தன்னைப் பாதுகாத்துக்கொள்ளும்
உருவகம் எத்தனை பழைய நாடகம்

★★

ஐம்புலன்களும் கண்ணாக வேண்டும்
ரதியின் பாவம்
புலன்களின் மடைமாற்றம்

★★

நீ நான் எல்லாமே
பெயருக்கு முகாந்திரங்கள்
வாடாப் பூந்தோட்டம் போய்ப்
பூப்போம் வா

★★

கலைகள் ஏன் நித்யமாகின்றன
காலம் தன் பைத்தியக் காதலிகளிடம்
பித்தனைப் போல் சரணடைகிறது
எத்தனை பித்தோ அத்தனை பக்தி

★★

காளியின் தத்தரிகிட சிவன் நெஞ்சத்தில்
சிவன் மோனத்தில் இருக்கிறான்
காளி வேகத்தைக் கூட்டுகிறாள்
சிவன் சிரிக்கிறான்
காளி ஆட்டத்தை நிறுத்தப் போவதில்லை
நாம் பிரார்த்திப்போம்

★★

என் நினைவுகள்
என்னுடையதாக இல்லாதபோது
எதை நான் நினைவுகூர்வது?
கலங்கலற்ற பரிசுத்தமான மீனின் கண்கள்
தாரகைகளையே உண்கின்றன

★★

பூட்டிய வீட்டில்
கூட்டிய முற்றத்தில்
தேங்கிய மழைநீரில்
ஒரு முகம்
இன்னொரு முறை

மறுமொழி

யார் என்ற உன் கேள்விக்கு
மறுமொழியை யார்தான் தரமுடியும்
வானத்தை ஒரு பெயராக
யார்தான் உச்சரிக்க முடியும்
மலைத்தேனீக்கள் உறங்கும் இவ்விரவிலும்
தேன்கூடு தன்னைத் தானே கட்டிக்கொள்கிறது
எங்கிருந்தோ பூந்தாதுகள்
பாழ்வீட்டை நிறைக்கின்றன
தன் உடலையே கொடியாக்கி நிலா அசைகிறது
மனிதர்கள் மேல் வன்மம் தொடங்கும் முன்பு
கடவுளரின் தேர் இப்படித்தான் நகர்ந்திருக்கும்
சத்தமில்லாமல்
இரவில் அமுதமாகவும் பகலில் நிழலாகவும்
நிராதரவான இடைப்பொழுதில்
ஆட்டுக்குட்டியாக என்னை
ஏந்தும் கைகளாகவும்
ரூபம் கொள்ளும் ஒன்றை
யார்தான் ஒரு பெயருக்குள்
பூட்டிவைக்க முடியும்

நிலத்திலிருந்து சொர்க்கத்துக்கு

நாம் சென்ற இடத்தில்
கருத்த அடி கொண்ட வேங்கை மரங்களுமில்லை
அவற்றின் பூக்களைத் தேடிவரும்
கான மயில்களுமில்லை
நாம் நடந்த கடைத்தெருவோ
கார்பைட் வைக்கப்பட்ட மாம்பழங்களால்
நிரம்பிக் கிடந்தது
குரங்கு வித்தை நடந்துகொண்டிருந்தது
சங்கிலியால் கால்கள் கட்டப்பட்ட
குரங்குக்குட்டி கையேந்திக் கேட்டபோது
என்னை நான் உன்னிடம் கேட்டேன்
இரைச்சல் ஓங்கிய சந்தையில்
கேட்கும் திசையை யார்தான் அறிவர்
ஆனால் உன் செவிகளின்முன்
மண்டியிட்டிருந்த என்னை அப்போது
வானம் ஆரத் தழுவிக்கொண்டது
உனக்குத் தெரியுமா

கற்றலின் தொடக்கம்

கதுப்பை நான் கண்டதில்லை
பூக்கும் பெரும்பாலான மரங்களின் பெயர்கள்
எனக்குத் தெரிவதில்லை
ஆனால் கார் காலம்
என்னைப் போன்றவர்களுக்காக
வருவதைத் தள்ளிப் போடுவதில்லை
என் வீட்டு வாசலில்
வெட்டி வீழ்த்தப்பட்டிருக்கிறது
பசிய கிளைகளோடு ஒரு மரம்
உலகமா முடிந்துவிட்டது என
அதன் மேல் குதித்து விளையாடுகிறது அணில்
அதன் கனிகளைத் தின்று வளர்ந்தது
அணிலே! உன்னிடமன்றி
மறதியெனும் அருமருந்தை
வேறெங்கு கற்க?

நீர்முக உபாசனை

இத்தனை கவனம்
தேவையில்லை உனக்கு
பழகிய ஆற்றின் கரையிலா நிற்கிறோம்
வேகத்தையும் சுழலையும் ஆழத்தையும்
பார்த்தும் கேட்டும் கால் விட்டும் அறிய
அடித்துச் செல்லும் கடலலைகள்
யார் சம்மதத்தைக் கேட்டிருக்கின்றன
ஆனால் நம்பு
அப்போது நாம்
சின்னஞ்சிறிய அம்சப் படகுகளாக மாறுவோம்
திரைகளில் அலைக்கழிவோம்
ஓதங்களோடு ஒத்திசைவில்
எறியும் சுறாக்களோடு நட்புறவில்
பகலில் நண்டுகளோடு திளைப்போம்
இரவில் பவளங்களில் ஒளிர்வோம்
ஒரு சரக்குக் கப்பல் நம்மைக் கடக்கும்
பின்னொரு நாள்
பூதக் கரும்பாறையின் மீது மோதித்
தூள்தூளாவோம்
இரண்டை உடைத்து
ஒன்றாக
ஒன்றுமில்லாமலாக
நீர்முக உபாசனை இது

தேன்யாமம்

மரமல்லிகை மரங்கள் நிறைந்த வீதியாகக்
கனவு விரிகிறது
வாசம் அணைந்த வீட்டு முற்றங்களில்
ஆண்களும் பெண்களும் இடைப்பட்டவர்களும்
வாத்தியங்களுக்கு வசப்பட்டிருக்கிறார்கள்
குழல் அவர்களைத் தரையில் சாய்க்கிறது
வீணை எழுப்பி உட்கார வைக்கிறது
யாழ் அவர்களின் வியர்வையைத்
துடைத்துவிடுகிறது
மேளமும் முரசும் வார்த்தைகளைக்
கற்றுத் தருகின்றன
உடுக்கை ஒலிக்க அவை உச்சாடனமாகின்றன
பாதங்களைப் பூமியிலிருந்து இழுத்து
மேலே தூக்கி மிதக்க வைக்கிறது நாதசுரம்
கொம்பொலியின் அந்தரத்தில்
ஓவியமென நிலைகொள்கிறார்கள்
துடியும் கொடுகொட்டியும்
பறையும் தண்ணுமையும்
கதி சுருதி தாளம் லயம்
உடல்களுற்ற மனங்களின்
மனங்களேயான உடல்களின்
"ஆன்மா என்று வேறு இருக்கிறதா என்ன?"
களிப்பில் கேட்கிறது
ஒரு மரமல்லிகை மரக்கிளையில்
ஒரு மைனா இன்னொன்றைப் பார்த்து
வெகுதூரத்திலிருந்து பறந்து வந்திருக்கின்றன
இரண்டு மைனாக்கள் பார்க்கத்தான்
இத்தனைக் காட்சியும்
இரண்டு மைனாக்களும் சேர்ந்து கண்டதுதான்
இந்தக் கனவும்

புதிர்வழி

அவன் சொன்னது:

என் பகல் கட்டாந்தரை
ஒரு புல்லுக்கு வழியில்லை
ஆனால் என் இரவு ஒரு கலாநிர்மாணம்
நீயே அங்கு சிற்பக்கூடம்
நீயே அதில் கொலுவிருக்கும் நளினம்
ஓர் அற்புதத்தை நீ நடத்திச்
சிற்பங்கள் உயிர்பெற்றால்
நீயே அவற்றை இயக்கும் மூச்சு
ஓர் அற்புதத்தை நடத்து
கட்டாந்தரையில் முத்தமிட்டுக் கேட்கிறேன்
கூரிய கற்கள் என் உதடுகளைக் கிழிக்கட்டும்
அவை உதிர்த்த வீண்சொற்களை
என் கண்ணீரின் காயல் சுத்திகரிக்கட்டும்
ஓர் அற்புதத்தை நடத்து
என் சுவாசத்தைச் சற்றே சீராக்கு
இரவுக்காவது

அவள் சொன்னது:

எப்போது
உன் சொற்களைக் கைவிட்டு என்
திதலையை எண்ணப் போகிறாய்?
எப்போது
உன் உப்பரிகையிலிருந்து இறங்கிவந்து
என் சரண வாசலை அடையப் போகிறாய்?

ஸ்ரீ வள்ளி கவிதைகள்

நீயே என் சித்தம்
என் புதிர்வழியே நீ கோரும் அற்புதம்
அற்புதம் இலக்காகும்போதே
தேவைப்படுகின்றன ரத்தமும் கண்ணீரும்
அற்புதம் வழியாகும்போது
தேவைப்படுவதெல்லாம்
உன் திடமான முதல் அடி மாத்திரமே

ஸ்ரீவள்ளி கவிதைகள்

பொன்கொன்றை பூக்க வந்த பேய்மழை

ஏன் ஏன் என அவளிடம் சரம்தொடுத்து
மோகனப் பாட்டை நாசக் கதையாக
மாற்றாதிருக்க அவனுக்குத் தெரியுமா
தன் உறுதிமொழியை அவளிடம்
நெஞ்சைப் பிளந்து அரிந்து வைக்காமல்
மொட்டவிழ்க்கத்தான் தெரியுமா
கண்ணாடி வளையல்கள் சித்தம் குலைக்கும்
ரதியின் விழிவழியே இரவு நகரும்போது
விரல்கள் நடுங்காமல்
காத்திருக்கும் கலையை அறிவானா
இவை ஏதும் அறியாதவன்
கொன்றைப் பொன்னொளியில் மயங்கித்
தன் இதயத்தைப் பசும் மண்கலமாக்கி
சென்னையின் அந்த டிசம்பர் மழை போன்ற
பேய்மழையில் ஏன் கரைந்தழியத் தருகிறான்
இப்போது அவனுக்கு
வேண்டியதெல்லாம் அதைச்
சுட்ட மண்கலமாக்கக் கொஞ்சம் நெருப்பு
பின்னர் அதை ஒளித்து வைக்க
ஒரு நல்ல இடம்
யாரும் கை தவறி இடறிவிடாதிருக்க
ஆள்நடமாட்டமில்லாத ஒதுக்குப்புறத்தில்
நேற்றுகளின் கூகைகள்
அதைப் பாதுகாக்கட்டும்

இரு வேறு உலகங்களின் அரிய காலம்

ஒன்றுக்கொன்று தொடர்பற்ற
என் மலைமேகங்கள்
இரு வேறு நகரங்களில்
எங்கோ சூல்கொண்டிருக்கின்றன
ஒன்றுக்கொன்று தொடர்பற்ற
இகத்தின் பரத்தின் என் பண்கள்
இரு வேறு அரங்கங்களில்
எங்கோ இசைக்கப்படுகின்றன
ஒன்றுக்கொன்று தொடர்பற்ற
இரண்டு கோதுமை வயல்களில்
என் இறந்தகாலமும் நிகழ்காலமும்
எங்கோ சிதறிக் கிடக்கின்றன
என்னை உட்கொண்ட
நான்கு மைவிழிகள்
அப்போது அவை
நான்கு கடல்களாயிருந்தன
அவை என்னை
மூழ்கடித்தன
சுத்திகரித்தன
மீட்டன

நீரோரன்ன சாயல்
தீயோரன்ன மாறினதைப்போல்
பின்பு அவை உருமாறின
உடலை நனைக்காத மழையாய்
செவிக்கு எட்டாத அலைவரிசையாய்
இருப்பை மறுக்கிற அகாலமாய்

ஸ்ரீவள்ளி கவிதைகள்

*பாலையிலிருந்து தொடங்கிப்
பாலையில் முடியும்
இரண்டு தேசிய நெடுஞ்சாலைகளில்
என் நோயுற்ற ஆன்மா
ஆயிரமாய்ப் பிய்ந்து கிடக்க
கொடுஞ்சிறைப் பறவைகளுக்கு உணவாக*

என்னதான் இருக்கிறது நினைக்க

நாம் சந்தித்த இடத்தில்
மலையில்லை பச்சையில்லை
நீரோட்டமில்லை
ஆரலுக்காகக் காத்திருந்த குருகில்லை
சில வாடிய குரோட்டன்ஸ் செடிகள்
சந்தை இரைச்சல்
மக்கிய திரைச்சீலைகள்
கண்ணாடி வழியே
சோம்பித் தெரிந்த நட்சத்திரங்கள்
என்னை நினைக்கும்போது
நினைப்பென்று வர காட்சியின்
சௌந்தரியமென்று
எதுவுமே இல்லை
ஆனால் உன் நகரத்தில் பஞ்சமேயில்லை
வாடிய செடிகளுக்கு
என் உடலைப் போல
இரைச்சலுக்கு
என் பேதலித்த மனத்தின் முறைப்பாடுபோல
திரைச்சீலைகளுக்கு
இல்லாத ரகசியங்களையும் அவை
உன்னித்து நோக்குபவை
சாரலில் மங்கிய நட்சத்திரங்கள்
அவை என் கண்களே

மூச்சைத் திணறடிக்கிறது அன்றாடம்
மலையில்லாத பச்சையில்லாத
நீரோட்டமில்லாத

● *ஸ்ரீவள்ளி கவிதைகள்*

குருகில்லாத மீனில்லாத
பாதையில்
நீ வாகனத்தைச் செலுத்தும்போது
என்னை நினைக்க
என்னதான் இருக்கிறது நினைக்க

பிரிவின் உருவம்

நள்ளிரவில் ஆற்று வெள்ளத்தில் குதித்துத்
தற்கொலை செய்துகொண்ட நிலாவைவிட
பிரிவின் உருவத்துக்குப் பொருந்துவது யார்
மாண்டுபோன நிலாவின் பிம்பம்
வானில் பிசாசாக அலைகிறது
அது கருத்தைப் பீடிக்கிறது
காதலர்களைப் பீடிக்கிறது
மேற்கில் நிதானமாய் மறையும்
சூரியன் போலில்லை நிலா
அது புகுந்துகொள்வது
மனிதச் சிறார்களின் நெஞ்சங்களில்
எப்போதுமே அப்போதுதான் பட்ட காயமாக
வடுவாக மாறாத காயமாக
அதை ஆற்ற
பல்லாயிரம் பாடல்களைப்
பாடிப் பார்க்கிறார்கள் கவிஞர்கள்
காதலைக் காதலித்தவர்கள்
ஆனால் நிலாவுக்குச் செவியில்லை
மாறிக்கொண்டேயிருக்கும் அதன் வடிவம்
கிறுக்குப்பிடிக்கவைக்கிறது
நிலைகொள்ளாத வெண்பட்டு மிருக ஒளி
இடையறாது வேட்டையாடுகிறது
உங்களால் அதைத் தொட முடிந்திருக்கலாம்
அதனால் அதன் வெறியில்
எந்த மாற்றமுமில்லை

ஸ்ரீவள்ளி கவிதைகள்

எப்போதும் எதுவுமே முதன்முறை அல்ல

இந்தச் சிற்றிலை எப்படியெல்லாம் இழைத்தேன்
என்றெல்லாம் விளக்க மாட்டேன்
உனக்காகக் கட்டினேன் என்பதே போதும்
கட்டி முடித்துப் பார்க்கும்போது நீ வந்தாய்
விளையாட்டாய்ச் சிதைத்தாய்
வாசல்கள் மாடங்கள் காற்றின் அமிழ்து
உள்ளே வந்து சென்றுகொண்டிருந்த புறாக்கள்
எல்லாம் கலைந்தன நான் கலங்கியபோது
உன் சுட்டுவிரலால் என்னைத் தொட்டாய்
அப்போது நான் ஒரு பிரபஞ்சம் ஆனேன்
பால்வீதியாக விரிந்தேன்
கோளாக ஒரு பாதையில் ஒழுங்குபட்டேன்
என்னை நானே சுற்றிக்கொண்டு கிறுகிறுத்தேன்
எரிகல்லாகச் சஞ்சரித்தேன்
விண்மீனாக வெடித்துப் பற்றியெரிந்தேன்
சில நொடிதான் பின் அந்தகாரம்
கண்ணைத் திறந்தால் இடிபாடு மண்குவியல்
இங்கா வாசல்கள் மாடங்கள் இருந்தன
இங்கா புறாக்களின் சுவாதீனம் நர்த்தனமிட்டது
இத்தனை சின்னாபின்னத்திலிருந்து
எதை எப்படித் தொடங்குவேன்
சூறைக்காற்று குதறிய மரம்
எப்போது எப்படி எழுந்து நிற்கும்
என் கைகள் இருக்கின்றனவா
உதிர்ந்துவிட்டனவா
முதலில் அவற்றை நான் பார்க்க வேண்டும்
முதலில் அவற்றை அசைக்கும்

பயிற்சியிலிருந்து தொடங்க வேண்டும்
மறுபடியும் சிற்றிலைக் கட்டுவேன்
மறுபடியும் நீ வருவாய் சிதைப்பாய்
மறுபடியும் நான் பிரபஞ்சமாக மாறுதலும்
குதூகலித்தலும் அழிதலும்
கைவிடப்பட்டுக் கிடத்தலும்
மறுபடியும்
எப்போதும் எதுவுமே முதன்முறை அல்ல

இதே மணற்கரையில் என்னோடு
வேறு சிலர் சிற்றிலைக் கட்டுகிறார்கள்
இதைவிட வசீகரமாக விஸ்தாரமாக
ஏனோ என் ஏழைமைச் சிற்றிலைத் தவிர
அவை உன் கண்ணில் படுவதில்லை
அவற்றை நீ சிதைப்பதுமில்லை
உன் இரக்கமின்மையைக் காதலென்று
எண்ணிக்கொள்ள என்னைப் போல
அவர்களுக்கு வாய்ப்பதில்லை
எனக்கு மட்டுமே கையளிக்கப்பட்ட அருள்
என் ஒரே ஆறுதல்

அலமரல்

காதலித்தல்
அலைகள் வர நிற்றல் என்றால்
காதலைத் தெரிவித்தல்
நடுக்கடலில் ஒற்றைப் படகாகச்
சுழலின் வழியில்

வானத்தில் மறைந்த
ஓடிப்போன
அத்தனை இறைகளையும் அல்லது
மின்னலையேனும் வரக் கேட்டு இறைஞ்சித்
துணை நிற்கக் கோரி
ஒவ்வொரு முறையும்
நீ செவிகூர்ந்திருக்க வேண்டி
ஒவ்வொரு முறையும்
உன் கதவில் மோதும்போது
என் கால்கள் புதைபட
ஒவ்வொரு முறையும்
புதிய பாதாளங்கள் திறக்க
புதிய உயிரிகள் வாய்களைப் பிளக்க

மெல்ல அசைவளியாக
ஒரு பூந்தாதை
மண்ணுக்குப் பரிசளிக்கத் தெரியாமல்
உலோகப் பறவையாக விரைந்து
உன் காதருகே வந்து
உன் கன்னத்தைக் கொத்தி

ஸ்ரீ வள்ளி கவிதைகள்

அலைக்கழிந்து சிதறாது அல்லது
காதே குறியாகக் கொள்ளாது
காற்றின் சுபாவத்தைப் பற்றிப்
பூமியின் கன்னத்தோடு கன்னமாக
முத்திரையில்லாத முத்தமாக
எப்போது கைவரப் பெறுமோ

ஸ்ரீவள்ளி கவிதைகள்

பூனை விளையாட்டு

வெளிறிய மஞ்சட்பூக்கள் பூத்த மரம்
எட்டிப் பார்க்கும் வீட்டுவாசலை
ஒரு மணி நேரத்தில் பத்தாவது முறையாகக்
கடக்கிறேன்
விளக்கு இன்னும் எரிகிறது
2000 மைல்களைக் கடந்து வந்து
என்ன செய்கிறேன் இங்கே
சொறிநாய் ஒன்று உரசிப் போகிறது
குப்பைகள் வழிகிற தொட்டி
உடைந்த இஸ்திரி வண்டி
இரண்டு வேகத்தடைகள்
பனிக் கூதல்
நிலா ஏன் இத்தனை சுருக்க வந்தது
உன் மூச்சுக்காற்று 10 மீட்டர் தொலைவில்
அதாவது நீ உள்ளே இருந்தால்
கடவுளே
என் உடல் நடுங்குகிறது
ஒரு வியர்வைத் துளி கழுத்தில்
தொட்டுத் தொட்டு
இறங்குகிறது கத்தியின் நாக்கு
காற்றின் சீழ்க்கையொலி
சுற்றுச் சுவரைத் தாண்டி எட்டிப் பார்க்கிறேன்
பூனை ஒன்று எலியோடு
எலியை வாயில் கவ்வுகிறது
எலி மெல்லக் குரல் கொடுக்கிறது
பூனை அதைக் காற்றில் தூக்கி அடிக்கிறது
எலி விழுகிறது சில தப்படிகள் ஓடுகிறது

பூனை மெதுவாக நடந்து
அதன் வாலைக் கவ்வுகிறது
சன்னக் குரல் சுழற்றல் தூக்கியடித்தல்
ஒரே விளையாட்டு
எலியின் வேகம் குறைந்துகொண்டே வருகிறது
அதற்காக ஏன் முட்டாளே
பூனையைச் சுற்றிச் சுற்றி வருகிறாய்
பூனை எலியைத் திருப்பிப் போடுகிறது
அதன் ஒரு காலை வயிற்றின் மேல்
முகத்தைத் திருப்பிக்கொள்கிறேன்

நான் அழைப்பு மணியை அழுத்த வேண்டும்
அதற்கு 2000 மைல்களைக் கடக்க வேண்டும்
தெம்போடு நடக்க வேண்டும்
அதற்குமுன்
அந்தப் பூனையை முதலில் துரத்த வேண்டும்
எலி எங்கே
பூனை கூரிய நாக்கால்
தன்னுடலை நக்கிக்கொண்டிருக்கிறது
என் ஊன் நிறத்து இருள்
தொண்டைக் குழியில் முட்டி மோதுகிறது
நான் கேட்காத கேள்விக்கு ஏன் இந்தப் பதில்

ஸ்ரீவள்ளி கவிதைகள்

விமோசனம்

நீ சென்ற பாதைகளில்
ரத்தத் தடங்களைத் தேடுகிறேன்
ஒப்பிடத் தயாராக
என் மார்பைக் கீறிக்கொள்கிறேன்

உன் வீட்டின் முன்னறையில்
மீன்தொட்டிகளைத் தேடுகிறேன்
அவை மீன்கள்தானாவென
உற்றுப் பார்க்கிறேன்

உன் மேசை இழுப்பறைகளில்
தபால்தலைகளின் நோட்டைத்
தேடுகிறேன் அவற்றில்
முகங்கள் ஒட்டப்பட்டிருக்கிறதாவெனப்
பதைபதைக்கிறேன்

ஆனால்
உண்மையில் உன் பாதையில்
ரத்தம் படியாதிருந்தால்
உன் மீன்தொட்டியில் மீன்கள்
நிஜ மீன்களாக இருந்தால்
உன் நோட்டில் முகங்களின்றிக்
கீத வரிசை இருந்தால்
வானத்தை நோக்கித் திரும்புதல்
எனக்கு எளிதாக இருக்கும்
ஆனால் யாருக்குத் தெரியும்

ஸ்ரீ வள்ளி கவிதைகள்

உன் உள்ளங்கைகளாகப் பாவித்த
வெட்டவெளியில்
இரு துளிகள் விழுகின்றன
உண்மைக்காக ஒன்று
பொய்க்காக ஒன்று

இரண்டில் ஏதோ ஒன்றை
அந்தக் கரம் ஏந்தும்போது
அதில் நான் பொதிந்திருப்பேன்

எதன் பொருட்டும் இதயத்தை இழக்காதீர்கள்

காலாவதி நாள் குறித்த பின்னரே
எந்த அன்பின் தொடக்கமும் சித்திக்கிறது
முளைக்கும்போதே
ஒரு கிளை வெட்டப்படுகிறது
இன்னொன்று சிறிது காலம் தாழ்த்தி
தாமதமாக வெட்டப்பட்ட கிளை
நிறைய பௌர்ணமிகளைப் பார்த்திருக்கும்
அதன்மீது அபூர்வப் பறவைகள் அமர்ந்திருக்கும்
அதில் சில தேன்கூடுகள் கட்டப்பட்டிருக்கும்
ஆனால் எல்லாக் கிளைகளும்
துக்கத்தின் மழைத் துளிகளை
விழுங்கித் துளிர்ப்பவையே
துக்கமே ஆதி
துக்கமே ஆற்றல்
புத்தன் வரைந்த நேர்க்கோடல்ல
இரதியின் புதிர் வட்டமே உயிரின் பாதை
அதன் கீர்த்தியே கணக்கிலாத கீர்த்தி
இது அவநம்பிக்கைப் பாடலல்ல
மீண்டும் முதல் இரண்டு வரிகளைப் படியுங்கள்
எதன் பொருட்டும் இதயத்தை இழக்காதீர்கள்

சாதாரணத்துக்குத் திரும்புதல்

அத்தனை சாதாரணமானதல்ல
ஒரு பழகிய சாலை
தூரத்தில் தென்படுகிற
புதிய கணம்
சென்றிருந்த இடத்தில்
செருகிய விழிகளோடும் சிறகுகளோடும்
எனக்கு மட்டுமே தென்பட்ட உருவங்கள்
நூறு நிலவுக் கீற்றுகளோடு கூடித் தழுவிய
எனக்கு மட்டுமே தென்பட்ட ஆகாசங்கள்
ஓடை அதிரச் சின்னக் கிளைகள் எழும்பிப்
புன்னைப் பூக்களைத் தொட்டுத் திரும்பிய
எனக்கு மட்டுமே அருளப்பட்ட காட்சிகள்
மழை என்று பெயர் ஒட்டப்பட்டிருந்த பாடல்கள்
பேசிக்கொண்டே தாண்டிப் பறந்த கண்கள்

வெகுநாள் காணாமல் போனவர்கள்
திடீரென வந்து சேரும்போது
வழக்கமாகக் கேட்பதைப் போல
என்னிடமும் நீங்கள் கேட்பீர்கள்
இத்தனை நாள் எங்கே போனாய்
கனவிலும் எட்ட முடியாத கனவை
ஓர் ஊர்ப் பெயராக்கி அப்போது உச்சரிப்பேன்
வண்ணம் பொலிய மனம் குழைந்த கதையை
உங்கள் காதுகள் அறியாமல்
உதடுகளிடம் அப்போது சொல்வேன்
எங்கும் போய்ச் சேராத
ஒளிமார்க்கத்தின் மிச்சம்
கன்னங்களில் மின்ன

ஸ்ரீவள்ளி கவிதைகள்

பாவங்களால் சமன்பட்டிருக்கிறோம்

பாவங்கள் என்ற சொல் வசப்படாதவர்கள்
தீர்க்க முடியாத தவறுகள் என
வைத்துக்கொள்ளுங்கள்
மனிதர்களைப் பிணைப்பது பாவங்களே
ஒருவர் கண்ணில் மற்றவர் பார்க்க விழைவதும்
ஒருவர் பேச்சிலிருந்து மற்றவர் கணக்கிடுவதும்
ஸ்பரிசத்தில் ஒருவர் மற்றவரிடம் தந்தேற்பதும்
அவற்றையே
அவற்றின் சமன் அல்லது
சமனின்மையைப் பொறுத்தே
கனி நுகரப்படுகிறது தள்ளப்படுகிறது
பாவம் புண்ணியத்தைப்போல புரட்டல்ல
அதன் உண்மை வட்டத்தைவிட வட்டமானது
அதன் நேரடித்தன்மை
நேர்க்கோட்டைவிட நேரானது
மறு தட்டில் எத்தனை கடவுள்கள் ஏறினாலும்
எப்போதும் தாழ்ந்தே இருக்கிறது
பாவங்களின் தராசுத்தட்டு
ஏனெனில்
அவை கடவுள்களுக்கு முந்தியவை
கடவுள்களைவிட அலாதியானவை
விதி என்றால் விதி
எதேச்சை என்றால் எதேச்சை
புகைப்படக் கருவியைத்
துப்பாக்கியென நினைத்துச்
சரணடையக் கைதூக்கிய பெண்குழந்தை
சந்தித்த தருணம் போன்ற விதி
அது புகைப்படமானதைப் போன்ற எதேச்சை

புகைப்படக் கருவியின் கண்களால் பார்த்தபடி
தவறாமல் நாம் கைதூக்குகிறோம்
பாவங்களால் சமன்பட்டிருக்கிற விதம்
அப்படித்தான்

ஸ்ரீவள்ளி கவிதைகள்

மூவர்

உன்னைப் பார்த்த அன்று
இரண்டு மலைத் தொடர்களை ஒருசேரத்
தழுவியோடும் நதியைப் பார்த்தேன்

உன்னைப் பார்த்த அன்று
கரைகளின் மகிழும் பூக்கள் நீரில் ததும்ப
இரண்டு கொக்குகள் கிளறியதைப் பார்த்தேன்

உன்னைப் பார்த்த அன்று
அரைத்தூக்கப் பகலில் நீருக்கு மேலே
நீல வானத்தில் சாம்பல் வானத்தில்
மேகக் கன்றுகள் முட்டி விளையாடியதைப்
பார்த்தேன்

உன்னைப் பார்த்த அன்றுதான்
என் இதயத்தை மூன்று வாக்குறுதிகளால்
மகிமைப்படுத்தினேன்
ஒன்று, என் பிம்பத்தை எப்போதும்
இரு கண்ணாடிகளில் ஒட்டிவைப்பேன்
இரண்டு, என் மிச்ச ஆயுளை
மூன்று கோப்பைகளில் நிரப்பி வைப்பேன்
மூன்றாவதை நீ கேட்க
இன்னும் இரண்டு செவிகள்
வந்து சேரவேண்டும்

ஸ்ரீ வள்ளி கவிதைகள்

தீர்த்தயாத்திரை

கணக்கிடக்கூடிய பரப்பாக
காலம் இருக்குமானால்
அதற்கு வெளியில் இருப்பவர்கள் உண்டு

காலம் மலராக விகசிக்கும்
சூட்சுமம் அறிந்தவர்கள்
இறந்தகாலத்தை முன்மதிய நிழலாகவும்
எதிர்காலத்தை விடியலாகவும்
உருவகிக்காதவர்கள்
எதிர்காலத்துக்கான கேள்விகளை
இறந்தகாலத்திலிருந்து எழுப்பாதவர்கள்
நிகழ்காலத்தின் சுழலில் தனித்தும்
ஆட்பட மறுப்பவர்கள்
ஞாபகங்களின் புண்களில்
புரையோடிப் போகாதவர்கள்
அல்லது ஞாபகப் பெட்டகத்தில்
தம்மைப் புதைத்துக் கொள்ளாதவர்கள்
காலத்தின் ஓர் உறைந்த துளி
வெளியாக மாறுவதை உணர்ந்து களித்தவர்கள்
ஒருவேளை அது ஊர்ந்து சென்றால்
அச்சப்படாமல் நோக்குபவர்கள்
நிரந்தரத்தைத் தம் கண்களில்
தேக்கியிருப்பவர்கள்

கடைசியாகச் சொல்லப்பட்டிருக்கும் கண்களில்
ஒருமுறையாவது
முழுகி எழுந்திருக்கத்தான் வேண்டும்

ஸ்ரீவள்ளி கவிதைகள்

ஏன் பறைசாற்றுகிறேன்?

உன் பெயர் நுழைவதற்கென்றே
என் வனாந்தரங்களின் மூங்கில்களில்
காற்று துளையிட்டிருக்கிறது
உன் நிறம் தோய்வதற்கென்றே என் வானில்
மேகங்கள் வண்ணம் தணிந்து மிதக்கின்றன
உன் சோபையைச்
சுடரெனச் சூட்டிக்கொள்ளவே
என் கருவிளைகளும் காயாக்களும் முல்லைகளும்
இன்னும் அந்நிய நிலங்களின்
வேறு மொக்குகளும்
என் கடல்கள் கருநீல மணியெனத் திரள்வதும்
வெளிர்நீல விரிப்பென ஆசுவாசிப்பதும்
தொட்டும் தொடாத
உன் கதிக்கான அலையின் கலைகளே
துரத்தும் புற அபத்தங்களிலிருந்து தப்பிக்க
உன் திருமேனியே அடைக்கலம்

சொல்லிலிருந்து தப்பிய உன்னை இப்படித்தான்
சொல்லில் சிறைபிடிக்க அரற்றுகிறேன்
உன் பாதையில்
என் அறியாமையைக் கொட்டிக் கவிழ்க்கிறேன்
எதுவுமற்ற என்னை
வெற்றிடமாக்கிக் கொள்ள
வழியற்ற வழியில்
நீயோர் அற்புதம் நடத்து

கலையோ நித்யமோகினி அல்ல

தகதகக்க எழுதப்படும் பாடல்கள்
ரீங்காரமிடும் மாயாஜாலங்கள்
காற்றில் பின்னப்பட்ட சந்த மயக்கம்
என்ன தொடர்பு இவற்றுக்கு
நம் வியர்த்தப் பாதையோடு
ரத்தம் காய்ந்து கதறல்கள் வெடிக்கும் உதடுகளை
அதரங்கள் என்றழைத்து
ஆகப்போவதென்ன

வெயில் தீண்டாச் சோலைகளையும்
பனி நீர்த் தடாகங்களையும்
என்றோ துறந்து வந்துவிட்டோம்
மாசற்ற வனப்பின் பட்சித் தேவதைகள்
எங்கோ சென்றுவிட்டார்கள்
ஆயிரமாயிரம் அழகிய புராணங்களை
காலப் புழு அரித்துவிட்டது

நமக்காகவே கைவிடப்பட்டவன்
உயிர்ப்பிக்கப்படவே இல்லை
இல்லாவிட்டால்
ஏன் இன்னும் அரற்றுகிறோம்
தீய்க்கப்படும் நாக்குகளுக்காக
ஏன் நெஞ்சடைக்கத் துக்கிக்கிறோம்

நமக்காகத்தான்
நமக்காக மட்டும்தான்
காத்திருக்கிறான் அவன் உயிர்ப்பிக்கப்பட

உண்மையா எனக் கேட்காதீர்கள்
இப்போது தேவை
நம்மோடு பூமியில் புரண்டு
அழும் அரற்றும் கடவுள்
புழுதியைக் கைவிடாத அவன் மாண்பு
அவனைப் போன்ற கடவுள்கள்
மற்றும்
அவனைப்போல
அதிகாரங்களால் சேதாரப்பட்டும்
உயிரை மிச்சம் வைத்திருக்கும் சொற்கள்

ஸ்ரீ வள்ளி கவிதைகள்

மன்றாடல்

ஏதிலிகளின் வரிசைகள் பெருகிவிட்டன
பழைய செருப்பணிந்த கால்கள்
இடையறாது அப்புறப்படுத்தப்படுகின்றன
நிலங்களும் நீரும்
நிரந்தரமாகப் பிரிக்கப்படுகின்றன
குடும்பங்களாக நகரத்தெருக்களில்
அலைகிறார்கள்
கோவில்களை விட்டுத் தெய்வங்கள்
அகன்றுவிட்டன
தினம்தினம் அடுத்தடுத்த ஆழங்களுக்குச்
சறுக்குகிறோம்
சறுக்கலின் சாகசத்தில் மயங்குகிறோம்
தடைகள் இன்றி விழுந்தவாறிருக்கிறோம்
உதாசீனமே உருவமான உலகத்தில்
நமக்கே நமக்கென
சில நொடிகளாவது வேண்டியிருக்கிறது
கைகளை மேலே உயர்த்திக் கதற
பற்றிக்கொள்ள
கடவுளின் கைகள் இல்லாவிட்டாலும்
கடவுளே இல்லாவிட்டாலும்
பிரார்த்தித்தாக வேண்டியிருக்கிறது
பிரார்த்தனைக்கு எந்தச் சொல்லும்
கைவசமில்லாவிட்டாலும்
பிரார்த்தனைக்குப் பொருளில்லாவிட்டாலும்
ஆன்மா இல்லாவிட்டாலும்
ஓர் ஆன்மாவை வேண்டி
நிற்க வேண்டியிருக்கிறது

ஸ்ரீவள்ளி கவிதைகள்

கைவிடப்பட்ட நம்மிடம்
நம் மன்னிப்பைத் தெரிவிக்க
அடையாளங்களின் ஆரவாரங்களிலிருந்து
சற்றே நம்மை மீட்டெடுக்க
புத்தம் புதிய ஆன்மா
நம்மில் புனைந்துகொள்ள
நம்மைச் சுத்திகரிக்க

என் சுண்டுவிரலைப் பற்றி நீ உறங்கிய நாளில்

என் தூக்கமின்மையின் வருடக் கணக்கு
முடியப்போவது இன்றுதான் என்று
நீ கூறி முடிப்பதற்குள்
என்னருகே படுக்கையில்
ஒரு பூக்கூடை நிசப்தம்
உன் பாதங்களில் கமலங்கள் மலர்ந்தன
உன் சீரான மூச்சு சிற்றோடையின்
லயத்தோடிருந்தது
உன் மூடிய கை திறந்தது
புறா ஒன்று படபடத்து வெளிவந்தது
லாவாத் துண்டமெனப் படிந்த உன் மார்புக்கு
என் இறந்த காலத்தையும்
அவற்றின் கனிந்த இரு முகடுகளுக்கு
என் எதிர்காலத்தையும்
அந்தக் கணத்தில் காணிக்கையாக்கினேன்.
உன் முகத்தில்
எழிற்கோலத்தின் வளைவை ஒத்த புன்னகை
நீ ஒரு கனவு கண்டாய் அப்போது
அதில் நான் உன்னோடிருக்க
என் சுண்டுவிரலைப் பற்றியபடி நீ
உறங்கிக்கொண்டிருக்க
உன் பாதங்கள் மலர
என் விழிகளை அகலவைக்க
உன் மூச்சில் லயம் கூட அது
என் உலகத்தின் லயமாக
உன் புறா வெளிவந்து பறக்க

என் புறா அத்தோடு இணைய
உன் நெஞ்சப் படுகையில்
கொடும்பதற்றங்களை நான் புதைக்க
உன் கனிந்த முகடுகளிடம்
அப்போது நான் தஞ்சம் கோர
உன் கோலப் புன்னகை
நீ ஒரு கனவு கண்டாய்
அதில் நான் உன்னோடிருக்க
கனவுக்குள் கனவுக்குள் கனவென
முடிவே இல்லாமல்
ஆயிரமாயிரம் சுண்டுவிரல்களை
ஆயிரமாயிரம் கைகள் பற்றியிருக்க
ஆயிரமாயிரம் பருவங்களைச் சந்தித்து
ஆயிரமாயிரம் சிறுபொழுதுகளைத் தாண்டி
ஆயிரமாயிரம் பிறவிநீர்களில் நீந்திக் கடந்து
தன் வாலைத் தானே கவ்வும் ஊழ்வினையின்
ஆயிரமாயிரம் வாய்களிலிருந்து தப்பித்து

நிஜத்தில்
ஒன்றையொன்று பற்றாத
என் சுண்டுவிரலும் உன் கையும்
நிஜத்தில்
யார்யாரோ காணும் துர்சொப்பன ரூபங்கள்

ஸ்ரீ வள்ளி கவிதைகள்

விழி களிகூர்தல்

உன் விழிகளின் வீடு என் உடலே
இங்கிருந்தே அவை தோன்றின
தம் பாதையை வரித்துக்கொண்டன
இதற்கே திரும்பி வந்தன
வேறு நர்த்தனங்களைப் பராக்குப் பார்க்க
அவை நகர்ந்தபோது என்னுடல்
சூரியப் பிரபையைக் கைவிட்டது
சந்திரப் பிரபையைத் தரித்தது
மதி குறுக இருள்மோனத்தில் கரைந்தது
அற்றுப் போனது
மீண்டும் விழிகள் திரும்பின
கோடுகளும் கோணங்களும் உருவாகின
நீட்சியும் சூட்சுமமும் துலங்கின
நான் என்ற உருவெளியை
உன் விழிகளே படைத்தன
படைப்பிலிருந்தே கோலோச்சுகின்றன
உன் விழிகள் என் பார்வையாக
பார்த்திருந்த நெடுநோக்கோடு
என்னில் நீங்காத கிருபையாக

உன் விழிகளாகக் காணாத இடத்தில்
நான் எனும் பாட பேதம்
உன் கிருபையாக எண்ணாத போதில்
அழிவின் வரவு

ஆசி

வெம்மைப் புழுதியில்
நகரச் சந்திகளின் போக்குவரத்தாக
அன்றாடம் அல்லாடும்போது
மனமோ பிளாஸ்டிக் உறையைக் கவ்வியபடி
சக்கரங்களிலிருந்து தப்பித் திரியும் நாயாக
உன் நினைவைப் பற்றி அலையும்போது

ஒரு கடற்காற்று மாலையில்
நிலத்தைத் தொட்டுத் தணிக்குமென்றும்
சில கடற்கன்னிகள் ஜாமத்தில்
என் தெருவில் வலம் வருவார்களென்றும்
என் அல்குல் திதலைகளை
அச்சமயம் நீ சுவைப்பாயென்றும்
வெம்மைப் புழுதியில்
தண்ணீர் தேடிவந்த காகம்
என்னிடம் கூறியபோது
கருப்புமற்ற சாம்பலுமற்ற வெளுப்புமற்ற
அதன் இறக்கைகள் படபடத்தபோது

அப்போதே
காற்று வந்தது போல்
கடற்கன்னிகள் வந்தனர் போல்
என் உப்பு உன் உமிழ்நீரில் கரைய
வங்காள விரிகுடா
இடம்பெயர்ந்தேவிட்டது போல்

கனவிலிருந்து வெளிற் பகலுக்கு

என்னுடைய ஒரு கண்
ஏழு கடல் ஏழு மலை தாண்டித்
தென்படாத காதலின் காட்சியை நோக்குகிறது
இன்னொரு கண்ணோ மையலுற்றுக்
காமத்தின் ஆற்றை அளக்கப் பார்க்கிறது
எல்லாக் காதல்களின் உயிரும்
ஏழு கடல் ஏழு மலை தாண்டி இருக்கிறது
அதனால்தான்
அத்தனை பத்திரமாக
யாருக்கும் வசப்படாமல்
யாவரும் தேடியபடி
ஆனால் ஆறோ முயன்றால் கடக்கக் கூடியது
ஓரளவு பிடித்த உடல் வாசனைகள்
ஓரளவு பிடித்த முக பாவனைகள்
ஓரளவு பிடித்த படாடோபங்கள்
ஓரளவு பிடித்த ஒருவரையொருவர்
சிரமமின்றி ஒரு பாலத்தைக் கட்டிவிட முடியும்
மௌவல் முகைகள் கண் சிமிட்டும் அக்கரைக்கு

எப்போதாவது
ஆற்றின் மேல் உன்னோடு
நான் கட்டிய பாலத்தை
என் கனவில் காண்கிறேன்
அதே ஆற்றில்
வேறொரு பாலத்தில்
உன்னைப் போலொருத்தி
என்னைப் போல் யாரோடோ

எப்போதுமே

பதைபதைத்து
கனவில் கட்டிய பாலத்தைக் கைவிட்டு
நிஜத்துக்குத் திரும்புகிறேன்
ஆறென்ற பெயரில் சாக்கடைகள் ஓடும்
போஸ்டர்களை அசைபோடும்
எலும்புகளே உடல்களான அடிமாடுகளின்
நகரத்துக்கு அங்கே
ஒரு வெக்கை அறையில்
யாரோ கடுகடுத்து அழைக்கத்
திடுக்கிடவென்றே
என் பெயர் கொண்ட
நிஜத்துக்கு

முடியாத அன்பின் நித்ய

ஒவ்வொரு முறையும்
அறியாத பசு தெரியாமல் நடக்கிறது
ஒவ்வொரு முறையும்
நிலத்தில் புதைந்திருக்கும்
ஆணற்ற பெண்ணற்ற லிங்கத்தில்
அதன் குளம்பு பட்டு
ரத்தம் தெறிக்கிறது
பின்னர் மன்னிப்பு கோரல்
பாலோடு கண்ணீரைச் சேர்த்து வார்த்தல்
முடியாத அன்பின் நித்ய நேர்த்திக்கடன்

ஒவ்வொரு முறையும்
அறியாத பசு தெரியாமல் நடக்கும்போது
ஆணும் பெண்ணுமாக லிங்கம்
நிலத்தில் மேலெழுகிறது
குளம்புக்குத் தன்னை விரும்பித் தருகிறது
வலியில் விரும்பிக் கனிகிறது
கண்ணீர் உப்போடு பாலை ருசிக்கிறது
மீண்டும் மண்ணுக்குள் புதைகிறது
முடியாத அன்பின் நித்ய நேர்த்திக்கடன்

ஸ்ரீவள்ளி கவிதைகள்

மரணத்துக்கும் ஆயுதத்துக்கும் இடையே மின்னும் விழி

தனிமையின் முதல் அந்தகாரம் அதை
உணர்தலாய் இருக்கிறது
இரண்டாம் அந்தகாரம் அதில்
உழலுதலாய் இருக்கிறது
மூன்றாம் அந்தகாரத்தில் சில பொம்மைகளோடு
ஒரு கண்ணாமூச்சி ஆட்டம் நடக்கிறது
நான்காம் அந்தகாரத்தில் துறவின் கண்ணாடி
உடைபடுகிறது
ஐந்தாம் அந்தகாரத்தில் தற்கொலைகளும்
ஆறாம் அந்தகாரத்தில் கொலைகளும்
நடக்கின்றன
ஏழாம் அந்தகாரத்தில் சர்வாதிகாரிகள்
பிறக்கின்றனர்

அந்தகாரங்களுக்கு வெளியில்
என்று எதுவுமேயில்லை
எதிர்காலம்
ஆறாத காயம் என ஆகிவிட்ட பின்பு
தனிமை தன் நிழலை
இங்கே விட்டுவிட்டுத்
தப்பியோடிய பிறகு

மரணத்துக்கும் ஆயுதத்துக்கும் இடையே
மின்னும் விழி

மையல் அதன் திருச்சைகைகள்

உன் முன்னால் நான் ஒரு கண்ணாடி
நீ உன் கையை
அசைக்கிறாய் என்னில் அது அசைகிறது
நீ உன் புருவத்தை
உயர்த்துகிறாய் என்னில் அது உயர்கிறது
என் ஒளியில் உன்னை நான்
சிறைவைப்பதில்லை
ஆனால் நீ சிறைபட்டிருக்கிறாய்
காவலில்லை கதவுகளில்லை
இங்கிருந்து சற்று நகர்ந்து
நானோ நீயோ தீர்மானிக்காத தொலைவு
ஏற்கெனவே நிர்மாணிக்கப்பட்ட தொலைவு
நீ செல்கிறாய் சென்றாலும்
திரும்ப வந்துவிடுகிறாய்
கனவின் வலையில்
கலைந்த நிலையில்

ஏனெனில் இது வந்து சேர வேண்டிய இடம்
ஏனெனில் இங்கே கோரப்பட்டிருப்பது ஒரு பலி
என் முன்னே எனக்கான பலியைப் போல
ஆனால் நிஜத்தில் இது
வேட்டையின் சாகசத்தை மறுத்த
வேட்கையின் அல்லாட்டத்தினும் உயரிய
மையலின் கட்டளை
அதன் திருச்சைகைகள்
குருதிப் பிரார்த்தனையைக் கோரும்போது
நம் வசத்தில் நாம்தான்
எப்படி இருக்க முடியும்

மேலும் இது உயிர் விளையாட்டு

ஆமாம், அப்படித்தான்

பூச்சாடியில் சரளைக் கற்களை
நிரப்பி வைப்பதே என் ஒரே வேலை
உன் கண்ணாமுழிகளையும்
என் கண்ணாமுழிகளையும்
இடம் மாற்றுவதே என் ஒரே ஆசை
நீ இருக்கும் திசையில்
பீப்பாய்களை உருட்டிவிட்டுத்
தாவித் தாவி உன்னை நோக்கி வருவதே
என் ஒரே வழிபாடு

எரித்தும்

பிழையே பெருக்கிச் சுருக்கும் அன்பின்
இருட்கோலம்
சூழ்ந்தால் என்ன செய்வேன்

என்னை நான் அறியாது
என் விரல்களைத் தீக்குச்சிகளாக்குவேன்
என் உடலை மெழுகுவர்த்தியாக்குவேன்
உன் பெயரே ஒரு சொல்லாய்
அச்சொல்லே அதன் சீலமாய்
ஒரு சுடரை ஒளிரச் செய்வேன்
என்னை நான் அறியாது

பின்னர்
சட்டெனத் துலங்கிய நீலோத்பவ வானத்தில்
நாளையும் பின் நாளையும்
நானாவிதப் பட்சிகள் பறக்கின்றன பார்!

தயா ஆன

எத்தனையோ உள்ளங்கள் இருந்தும் அங்கே
என் உள்ளத்தில்தான்
பெயர் தெரியாத அந்த விதை போடப்பட்டது
கிளை பரப்பிப் பூக்கள் கொழித்தது
கீழ்ப்படிதலன்றி வேறொன்றும் அறியாத மரம்
மண்ணோடு மண்ணாய் வேரே உயிராய்
ஆரஞ்சுப் பந்தின் கிழக்கு மூலையில்
எதற்காகக் காத்திருக்கிறது

ஆரஞ்சுப் பந்தின் மேற்கு மூலையில்
துன்னிருள் தூக்கத்தில் ஒருவன்
கீழ்ப்படிதலன்றி வேறோன்றும்
அறியாத மரத்தை
அண்ணாந்து நோக்கிக் கோடரியை எடுக்க
அந்த இரவில்
இங்கே பகலில்
கீழ்ப்படிதலன்றி வேறொன்றும்
அறியாத மரம்
தன் இடுப்பை வளைத்து
தன்னைத் தழைக்க அப்போது
கருங்கால் வெண்குருகுகள் அஞ்சி நரல
துணுக்குற்று அவன் விழிக்க
தயா ஆன புன்சிரிப்பு
ஒன்றிருந்தால்
உச்சியில் ஒரு மலரை
ஒருவேளை
அது தீண்டிவிட்டால்
என் உள்ளம்
அந்த விதையின் பெயரை அறிந்துகொள்ள

ஸ்ரீ வள்ளி கவிதைகள்

யாருக்கோ யாரோ காத்திருந்தபோது

மலையைப் போல
அதில் வாழும் முதிய சந்தன மரத்தைப் போல
மரத்தில் இரும்பு ஆணியால்
சமச்சீர் கலையாது
நடுமத்தியில்
ஆணி அடிக்கப்பட்ட பட்டாம்பூச்சியைப் போல
இதற்கு மேல் என்ன என்று கேட்காமல்
அது உயிரோடிருப்பதைப் போல
அதன் இரண்டு பக்க இறக்கைகளும்
பிரபஞ்சக் காலக் கணக்கை
அளந்து முடித்துவிடத்
துடிதுடிக்க
சாம்பல் பூசிய பாதத்தோடு
அதை நோக்கி அவர் நெருங்கும்போது
விழியோரத்தில் அந்தக் காட்சி
தொட்டும் தொடாமலும் நகரும்போது
அவர் எடுத்துவைக்கும் அடுத்த அடியில்
பொற்பாதமாக மாறியதைப் போல
ஒரு நிஜத்தில்
ஒரு கற்பனையில்

அந்தக் குருவிக்கு அங்கென்ன வேலை

உன்னோடு இருக்கும் நான் ஒரு குருவி
என் பிடிக்கு அகப்பட்டும் அகப்படாத
என் கண்ணுக்குத் தென்பட்டும் தென்படாத
சின்னக் குருவி
உன் வீட்டு ஜன்னல் வழியே பார்க்கிறேன்
அது எப்போதும் உன் தோள்மீது
நீ அதைக் கவனிப்பதில்லை
இந்தப் படு நிதானமான காலையில்
செய்தித்தாளை அசுவாரசியமாகப் புரட்டுகிறாய்
அதுவும் ஒரு பக்கத்தை எட்டிப் பார்க்கிறது
பிறகு குளியல்
நீ ஆடை மாற்றும்போது ஒரு கணம் விலகி
மீண்டும் வந்தமர்கிறது
யாரோடும் பேசாமல் உணவருந்துகிறாய்
ஓர் அழுகிய பழத்துண்டைக்கூட
நீ அதற்கு இடுவதில்லை

நான் காலையிலிருந்து
என் வீட்டு வாசலில் குத்திட்டிருக்கிறேன்
அந்தக் குருவி இங்கே வந்தாக வேண்டும்
அல்லது தொலைந்து போனாலும் சரிதான்
என் நெஞ்சம் கடுக்கிறது
குருவியை என்னால் கட்டுப்படுத்த முடியாது

பணி முடிந்து வருகிறாய்
உன் தோளில் வந்தமர்ந்துவிட்டது குட்டிப் பூதம்
கன்னத்தோடு கன்னம் உரசுகிறது

அதை நீ பார்ப்பதுமில்லை
சாலை அதிர ஒரு வாகனச் சத்தம்
குருவியொடுங்கி உன் கன்னத்தோடு
ஒட்டிக்கொள்கிறது
அலகு உன் கன்னத்தை உராய்கிறது
நீ ஒரு கனவான் ஆதலால்
அதை விரட்டுவதில்லை
எனக்குத் தெரியும்

பின்னர்
யார் யாரோடோ உரையாடுகிறாய்
உன்னைத் தொந்தரவு செய்யாமல்
அது உன் புத்தகங்களின் மேல் வரப்புகளில்
தத்தித் தத்தி விளையாடுகிறது
இரவில் மென்விளக்கெரிய
நீ படுக்கத் தயாராகிறாய்
யாருக்கோ முத்தமிடுகிறாய் அப்போது
ஜன்னலருகே சென்று அமர்ந்துகொள்கிறது
முகத்தைத் திருப்பிக்கொள்கிறது
நீ உறங்கும் மிச்ச இரவிலும்
அது அங்கிருந்து அசைவதில்லை
நல்லிருளில் கறுத்து ஆடும்
ஒரு தாழ்ந்த மரக் கிளையிடம்
தன் தீராத உயிர்ப்பாட்டைப் பாடுகிறது
ஒருநாள் உன் தோள் மீதிருந்து
கனிந்த விரல்களால் அதையெடுத்து
உன் சட்டைப் பைக்குள் வைப்பாய் என
உன் இதயத்தின் சீரான கதியில்
அதன் இருப்பு சுகந்த ஊஞ்சலாடும் என

\\ ஸ்ரீவள்ளி கவிதைகள்

மரக்கிளை தன் காதசைய ஆமோதிக்கிறது
ஒரு குளுமைக் காற்று
தூக்கத்தில் நீ சிலிர்த்துப்போகிறாய்
என் கண்களை உன் ஜன்னலிலிருந்து
அகற்ற முடிவதில்லை

எப்படிச் சொல்ல?

நீ இல்லாதபோது எனக்கு உண்ண
எதுவுமே இல்லையென
நீ இல்லாதபோது இரவின் ஆகாயம்
தீப்பந்துகளை என்மேல் விட்டெறிகிறதென
நீ இல்லாதபோது நான் இறப்பவர்களைச்
சுமக்கும் குளிர்பதனப்பெட்டி ஆகிறேன் என
அதில் நிர்வாணமாக
மல்லாக்கக் கிடக்கும் ஒரு பிணம்
தன் வலது கையைத் திறந்து மூடுகிறதென
அதன் இறுக்கிய விரல்களில்
நசுக்குற்று அலறும் ஓர் உயிர் மாமிசம்

ஸ்ரீவள்ளி கவிதைகள்

சில நடைமுறைக் கேள்விகள்

இந்தச் சந்தையில்
இளம்பிறை எங்கே வசப்படும்
ஐந்து முகங்கள் தீட்டப்பட்ட
வச்சிரம் எவ்விலைக்குக் கிடைக்கும்

இந்த இரைச்சலில்
எட்டு அசைகளையும்
அவற்றைக் கட்ட
இளஞ்சிவப்பொளியின் பட்டிழையையும்
எவரிடம் விசாரிப்பேன்

கடையின் வாசலை
வழிமறித்து நிற்பவள்
எப்போது வழி விடுவாள்
அவள் காலடியில் ஒளிந்திருக்கும்
ரத்தினங்கள் அப்போது வெளிப்படுமா
இந்தச் சந்தையில்
இந்த இரைச்சலில்
கூரிய ஊசிக்காகவும்
முகம் காட்டாத இரு விரல்களுக்காகவும்
என் விழியால்
எத்தனை நாள் காத்திருக்க முடியும்

பாதை விளக்கம்

உள்ளும் புறத்தும் ராட்சதக் குழந்தைகளைத்
தோற்றுவிக்கும் மேகங்கள்
எங்கிருந்து வருகின்றன
மூடுபட்ட நிலவின் ஒரு பகுதியைச்
சட்டெனக் குதறிவிட்டு
கடலுக்குத் திரும்புகின்றன சுறாக்கள்
நிலத்தில் கந்தக வாடை சூழ்கிறது
வறண்டுபோன தொண்டைக்குள்
குறுங்கத்தி முளைக்கிறது
வெட்டப்பட்ட நாக்கு விடாமல்
ஓர் அரதப் பழங்கதையைச்
சொல்லிவிட்டு விழுகிறது
தேவதைகளே டிராகுலாக்களாகின்றன என்பது
அதன் நீதி

இவையெல்லாம் நடக்கக்கூடியவைதாம்
உறவறாத சமிக்ஞைகளும்
திடச் சித்தமும் இல்லாதபோது
மனம் பாறையடியில் ஒண்டிக்கொள்கிறது
பின்னர் நிழலாடும் எண்ணத்தின்
பூதாகர ரூபங்கள்
பின்னர் தென்படாத தீபத்தைத்
தேடிச் சலித்தல்
பின்னர் பரிச்சயமற்ற கோட்டைக்கு நகர்தல்

ஸ்ரீவள்ளி கவிதைகள்

ரணம்

அது காயமாக இல்லை
தொடக்கத்திலிருந்தே ரணமாகத்தான்

எப்போதுமே ஈக்களை வரவழைத்தபடி
எப்போதுமே காலைச் சூரியனின்
கூடிக்கொண்டே வரும் தகிப்போடு

அதிலிருந்துதான் கவிதைகள் எழுதுகிறேன்
அதிலிருந்துதான் பிரார்த்திக்கிறேன்
நல்ல உறக்கத்துக்காக
தீய கனவு இடைப்பட்டாலும்
நான் திரும்பக்கூடிய தற்காலிகக் கல்லறைக்காக
அதில் நானே பூக்களைப் பரத்துவேன்

ஒரு பெருமிதச் சின்னமாகவே அணிந்திருக்கிறேன்
என்னால் கழற்றமுடியாத
என்னிலிருந்து நீங்காத சின்னம்
யாரும் பார்த்தால்
அவர்கள் கண்கள் விரியும் வகையில்
பின்னர் இயல்பு நிலையில்
அவற்றை மூடவைக்க
மருத்துவரிடம் செல்லவேண்டிய நிலையில்

வலி என்றாலும்
சலிக்காத காலத்தின் புன்னகை

என் உடலுக்கும் உலகத்துக்கும்
இடையறாது கட்டப்படும் பாலத்தில்
சிவப்புக் குட்டை

என் இருப்போடு தர்க்கிக்கும்
சிறிய அபாய விளக்கு

ஸ்ரீ வள்ளி கவிதைகள்

அவி

மனநோய் மருத்துவமனைகளே நிரம்பியிருக்கும்
நகரத்துக்கு
நீ போய்ச் சேர
ஏனோ பதைபதைத்தேன்
அன்றொரு மழைநாளில்
ஆறா அன்பின் கரை புரள
நீர்த்துளிகள் எல்லாம்
என் முகங்களாய்ச் சூழ்ந்து
உன்னை அடித்துச் சென்றதைச் சொன்ன
அதே கணத்தின் பதைபதைப்பு

அப்போது நீ பற்றிக்கொண்ட
என் சுண்டுவிரலை
வெந்துயர் வெம்மை நிலங்களைக் கடந்து
நீட்ட முயல்கிறேன்
புழுதிவாய்ப்பட்டுவிட்ட ஓர் அந்தரத்துக்கு
ஊழ் துரத்திவந்து வட்டமிடும் ஒரு
தொன்மத்துக்கு

நாம் அறிந்ததுதான்
துரதிர்ஷ்டத்தின் சீட்டுகளை
நம்மைக் கேட்டு எடுத்துப் போடுவதில்லை கிளி
மேலும் அவை தீரவே போவதில்லை
நம் காதலோ
தீக்கனலில் சாவுக்குக் கிட்டாது வேகும் அவி

நிசப்தமும் அலறலும்
மாறி மாறி நிகழ்த்தப்படும்
மனநோய் மருத்துவமனைகளின் நகரத்தில்

ஸ்ரீவள்ளி கவிதைகள்

நீ வாழ்வதன் எளிய பொருள்:
என்னில் நீ வாழ்வது
அல்லது
என் பனிக்கட்டி மௌனம் என் பேதுற்ற அலறல்
இது கிளியின் அடுத்த சீட்டு

பிய்க்கப்பட்ட சதைகளுடன் கருகல்களுடன்
காட்சி தரும் காதலை நோக்கி
அஞ்சாமல்
பார்வையைத் திருப்புவதே செய்யக்கூடியது

ஒரு பேரழிவின் கூப்பிடு தூரத்தில்

ஏதோ ஒரு புகைமூட்டம் காண
ஏதோ ஒரு கனவுச் சித்திரம்போல
ஏதோ ஒரு முகமும் இரு கரங்களும்
ஏதோ அருள்பாலிப்பது போலெழும்பி
ஏதோ ஒரு காற்றடிக்க மறையும்போது
ஏதோ அதற்கு முன்பே அங்கே எழும்பியிருந்த
ஒரு வரிசைப் பூமரங்களும் அருகே
சின்னப் புல்வெளியும் அதில்
விச்ராந்தியாய் மேய்ந்துகொண்டிருந்த
ஓர் ஆட்டுக்குட்டியும்
சேர்ந்து மறையும்போது

ஒரு பேரழிவின் கூப்பிடு தூரத்தில்
ஒரு பேரழிவின் கூப்பிடு தூரத்தில்

ஸ்ரீவள்ளி கவிதைகள்

உயிர் இயக்கம்

சமயத்தில் என் மனம்
ரோஜாப்பூ

ரோஜாப்பூவாய் அது
ஓர் அழகிய கரத்தை உருவகப்படுத்துகிறது
அந்தக் கரத்தால் பறிக்கப்படுவதை
அதன் விரல்களோடு
மென் நாட்டியம் ஆடுவதை
விரல்களின் சொந்தக்காரர்களை
தான் அலங்கரிக்கக்கூடியவர்களை
வெளிறி உதிர்வதை
மண்ணோடு மண்ணாகப் புரள்வதை
புதைபடுவதை . . .

ரோஜாப்பூவாய் இருக்கும்போது
அது தானிருக்கும் செடியொன்றைக்
கற்பனை செய்கிறது
வானத்தோடு அளவளாவும் செடி
தினமும் தண்ணீர் விடப்படும் செடி
அந்தப் பக்கம் செல்லும் எல்லோரையும்
ஒரு நொடி நின்று விசாரிக்க வைக்கும் செடி....

என் மனம்
ரோஜாப்பூவாய் இருக்கும்போது அது
பிற ரோஜாப்பூக்களை எண்ணிப் பார்க்கிறது
அவற்றின் அடர்நளினத்தை
இதழ்களின் நிறத்தை நேர்த்தியை

முள் சொரூபத்தை
பின்
அவற்றைப் பறிக்கும் விரல்களை
விரல்களின் சொந்தக்காரர்களை
அவர்களின் சிரிப்புகளை
நெற்றிகளின் கவலைக்கோடுகளை
அவற்றோடு...

தவிர
அந்த
ரோஜாப்பூக்களின் செடிகளை
அவற்றின் தோட்டங்களை
வானத்தின் சஞ்சலங்களை
ஆடுகள் அவற்றை அசைபோடுவதை...

முடிவே இல்லாத கண்ணிகளின் அடுக்குகள்
முடிவே இல்லாத அடுக்குகளின் ஆட்டங்கள்

பென்னாம்பெரிய மனத்தில்
என் மனம்
ஒரே ஒரு ரோஜாப்பூ

ஶ்ரீவள்ளி கவிதைகள்

சந்திப்பு

நாம் சந்திக்கத்தான் போகிறோம் விரைவில்
அது எதேச்சையாக நடப்பதைப் போல்
பொன்காலைப் பொழுதில் நடக்கும்
கூழாங்கற்களைக் கரைகளுக்குப் பரிசளிக்கும்
ஒரு சிற்றாற்றில்
ஒரு பாறை மேல் தூண்டில்களோடு
அருகருகே அமர்வோம்
மீன்களுக்குக் காத்திருப்பது போல்
காத்திருக்கும்போது
நம் முதலாவது சந்திப்பை
இரண்டாவதை மூன்றாவதை
கடைசிச் சந்திப்பைக் கவனமாய்த் தவிர்த்துத்
தழுதழுக்காது நினைவுகூர்வோம்
அப்போது உன் குரல்
என்னிடமிருந்து விலகி நிற்காது
அப்போது என் மனம் உன்னிடம்
விளக்கத்தைக் கோராது
கலகலக்கும் ஆற்றைச் சகியாக நினைத்து
வருடக் கணக்குகளை அவளிடம் கொட்டுவோம்
பின் தூண்டில்களில் மீன்கள் மாட்டியதாக
ஒரே சமயத்தில் பாவித்து
ஒரே சமயத்தில் மெல்ல விடுவிப்போம்
பின் நம் வாகனங்களுக்குத் திரும்ப நடக்கையில்
நம் விதிகளைப் போல்
தொட்டும் தொடாத புறங்கைகளைத் தொட்டு
அந்திச் சூரியனின் ஒரு கீற்று தெறிக்கும்போது
அன்று அதுவரை சந்திக்காத

● ஸ்ரீ வள்ளி கவிதைகள்

நம் கண்கள் சந்திக்கும்போது
சிதிலமடைந்த இரு அண்டை வீடுகளுக்கிடையே
ஓர் அணில் ஓடி விளையாடும்போது
அவை தமக்குள்
இருக்கிறார்கள் என்று
தெரிவித்துக்கொள்வதைப் போல

ஸ்ரீவள்ளி கவிதைகள்

என்னோடுதான் இருக்கிறாய் என்னோடுதான் இருக்கிறாய்

உன் கண்கள் என் கண்களுக்குள்
எறிந்த இறகுப்பந்து
சுற்றியிருந்தவர்களில் யாருக்குத்
தெரியும் அது
உன் முழங்கை என் முழங்கையிடம்
உரிமை கொண்டாடிய அடம்
மேஜைத்துணியின் பூ வேலைப்பாட்டுக்குத்
தெரியும் இது
உன் உதடுகள் என் மருதாணியில் கூட்டிய
அடர் சிவப்பு
உன் பாதம் என் பாதத்திடம் கேட்ட
'தயவுசெய்து'
என் தலைமுடி உன் மெல்லிய மூக்கு
நம் பூமிகளின் தாதுக்கள்
வெல்வெட்டில் ஒளிர்ந்த மெழுகுவர்த்தி
நம் மனோரதங்களின் ஓட்டத்தின்போது
அறையில் புகுந்த கிறுக்கு வானவில்
உன் நெஞ்சம் அதில் கிளுகிளுத்த என் நெஞ்சம்
என் நாக்கு அதில் குழைந்த உன் நாக்கு
எப்போதுமெனக் கோத்திருந்த நம் கைகள்
எப்போதும் எப்போதுமெனக் கோரிய விரல்கள்
நம் உடல்களின் சின்னச் சின்ன உடல்கள்
மேல் கீழ் கீழ் மேல் பக்கம் பக்கம்
களித்து
திளைத்து
களைத்து

என் எல்லோரிடமிருந்தும் என்னைத் தந்து
உன் எல்லோரிடமிருந்தும் உன்னை எடுத்துப்
பலராய் பலதாய்

எதையும் நாம் மறக்கவில்லை
இவ்வரிகள் நமக்கு மனப்பாடம்
அவற்றின் நீங்காத பொருள்
அவற்றின் நறுமணமேறிய வியர்வை

காதலின் எல்லாச் சந்தேகங்களும்
ஓர் இரவாவது
உறங்கச் செல்லட்டும்

மல்லிகையின் தீபங்கள்

மல்லிகையின் மூன்று தீபங்கள்
ஒன்று அலைதலைக் கற்பிக்கிறது
இன்னொன்று குரலைக் கற்பிக்கிறது
மூன்றாவது பேசாதிருத்தலை

மூன்றாவது தீபம் தன் சுடரை
உள்ளிழுத்துக் கொள்ளும்போது-
அடிக்கடி நடக்கிறது-
அலைதல் தடுமாறுகிறது
கதறும் குரல் பள்ளத்தாக்கில்
தலைகுப்புற விழுகிறது

மீண்டும் சுடர் தென்படுகிறது
கைநீட்டி உயிரை அறைகிறது
நிமிர்த்தி ஏற்றுகிறது

விழிக்கும் சுடருக்கும் இடையே
ஏகதேசமாய்க் கண்ணாமூச்சி விளையாட்டு

விளையாட்டின் முதல் விதி
மூன்று தீபங்களை
மூன்று மல்லிகைகளாக ஏற்பது
இரவுகளை மல்லிகையின் மென்மைக்கும்
கருவிழிகளைத் தீபச் சுடர்களுக்கும்
தந்துவிடும்போது
நான் நானாக இன்னொன்றாகச்
சூடுபிடிக்கிறது ஆட்டம்

முதலும் முடிவும் ஒன்றான பாதையின் ஆப்த வாக்கியம்

நீ எனக்குக் கிடைத்ததன் பொருள்
நீ என்னை அறிய மாட்டாய் என்பதே
நீ எனக்குக் கிடைத்ததன் அடிநாதமான நீதி
எனக்கும் மற்றும் எனக்கும் இடையே
இருக்கக் கிடைத்த தொலைவே

இந்தத் தொலைவு
சிலுவைக்கும் கர்த்தருக்குமிடையே
தொலைபட்ட ஜீவன்களுக்கானது
இந்தத் தொலைவு
திருவாதவூரனுக்கும் சிவனுக்குமிடையே
தொலைந்துபோன ஜீவன்களுக்கானது
இந்தத் தொலைவு
ஐந்து பேரறிவும் கவிதையே கொள்ள
மாளாத் துயருற்றும்
மாளாத அற்பக் கவிகளுக்கானது

அளவிலா மனோலயங்கள்
கோடானுகோடி நோக்கறியாப் புள்ளிகள்
தர்க்கத்துக்கும் சந்தேகத்துக்குமிடையே
அல்லாடிச்
சிதைந்த சிறு புதர்கள்

காட்டாதன காட்டப்படாமல்
கேளாதன கேட்பிக்கப்படாமல்

சொக்கட்டான் ஆடும் பேரிருப்பு
ஒன்றிருந்தால்

பழூரன்கள்

உன் மூக்கு மூக்கு அதன் மென்மை
மென்மூக்கு மின்மூக்கு
மூன்றாம் கண் போல் அது என்னைப்
பார்க்கும்விதம் அது
முகர்ந்த அத்தனை தானியங்களும்
உன் கண் கண் அதன் மையல்
தேன் கண் மின்கண் அது
என்னை உள்ளிழுத்துக்கொள்ளும் விதம் அது
தன்னைத் தந்த அத்தனை ஓவியங்களும்
உன் மார்பு மார்பு அதன் தண்மை அதன் சீர்முடி
என் கடிகளை அது கேட்டுப்பெறும் விதம் அதன்
காம்புகள் உப்பு மற்றெல்லாச் சுவைகளும்
சொற்களின் தழுவல்
ஆம் ஆம்
ரத்தின முத்திரைகள்
ஆம் ஆம்
வியர்வை ரசவாதம்
ஆம் ஆம்
அப்படித்தான்
வா வா
ஏன் இதுவரை இந்த விந்தையைத் தவறவிட்டோம்
ஏன் இதுவரை சுகந்த ஊற்றுகளை
வேறெங்கோ தேடினோம்
ஏன் மகாயுகங்களை எவர் எவரிலோ
வீணாக்கினோம்

உடல்களின் கேள்வி பதில்கள்
உடல்களுக்கே புரிகின்றன
மனங்களோ
கைகளற்று கால்களற்று குறிகளற்று எடையற்று
ஜன்னல் வழியே தப்பிச் செல்ல அலைபாயும்
காற்று நீங்கிக்கொண்டேயிருக்கும்
இரண்டு பலூன்கள்

ஸ்ரீவள்ளி கவிதைகள்

பிறகு

பத்தோ இருபதோ ஆண்டுகளுக்குப்
பிறகு
ஏதோ ஒரு விமான நிலையத்தில்
ஏதோ இரண்டு விமானங்களுக்குக்
காத்திருக்கும்போது
நாம் சந்திப்போம் அப்போது
நீ எனக்குக் காப்பி வாங்கித்தருவாய்
எப்போதும் போல்
One coffee latte, small என ஆர்டர் செய்வாய்
என்னைக் கேட்காமலேயே
எப்போதும் போல்
சூடா இருக்கு, பார்த்து
எனக் கோப்பையை நீட்டுவாய்
எப்போதும் போல்
பேச்சுவாக்கில்
என் இடது இமையின் மேல் விழும்
ஒற்றை முடிக்கற்றையை
பார்க்கறப்ப கஷ்டமா இல்லையா
என நளினமாகத் தள்ளிவிட்டபடி கேட்பாய்
எப்போதும் போல்
அப்போது நான்
அதான் இன்னும் ரெண்டு கண் இருக்கே
என உன் கண்களைச் சுட்டியபடி
எப்போதும் போல்
சொல்வேன் அப்போது
என் சுட்டுவிரல்
நடுங்காமல் இருந்தால் அப்போது
என்னால் புன்னகைக்க மட்டும் முடிந்தால்

● ஸ்ரீ வள்ளி கவிதைகள்

பொல்லாத மைனாக்கள்

● ஸ்ரீவள்ளி கவிதைகள்

ஸ்ரீ வள்ளி கவிதைகள்

காற்றின் பெயர் இரண்டு

எப்போதாவது
என்னை ஒரு கிளியாக மாற்றிக்கொள்வேன்
உன் கன்னத்தோடு என் உடல் மொத்தமும்
உறவுகொள்ள
உன் தோளும் கழுத்தும்
சேருமிடத்தில் நான் அமராமல் அமர்ந்து
உன் மூக்கும் என் மூக்கும் உரசும்போது
இடையில்
கிளுகிளுக்கும் கூதிர்க் காற்றுக்கு
அப்புறம் என்றும்
அற்புதம் என்றும்
இரு பெயர்கள்

தொடர்பற

இரண்டு நியாயங்கள்
முட்டிமோதும்போது
ஒரு சமயத்தில்
இரண்டு உலகங்கள் பிறந்துவிடுகின்றன
பின்னர் அவற்றுக்கிடையில்
ஒரு நிலவுகூடச் செல்வதில்லை
விரிந்துகொண்டே இருக்கும்
அக்கறையில்லாத பிரபஞ்சத்தில்

ஸ்ரீ வள்ளி கவிதைகள்

ஒரு இதயத்தோடு கரம் கோர்க்கிறாய் அதற்குப் பின்?

கலைநயம் மிக்க மாளிகை
சிற்ப நுணுக்கங்கள் மிகுந்த கதவு
ஒருக்களித்திருக்கிறது
நுழைவதற்குள் மூடிவிடக் கூடாதெனப்
பதைபதைக்கிறாய்
உள்ளே ஒளியைச் சிதறடித்து
வண்ணஜாலம் காட்டும் அதன் விதானம்
கண்ணாடித் தரை
ஒவ்வொரு நொடியும்
உன் முகத்தைப் பிரதிபலிக்கும்
அதன் பாரபட்சமில்லாத நீதி
அதில் நுழைந்த ஒவ்வொருவரையும்
அப்படித்தான் பிரதிபலித்திருக்கும்
நந்தியாவட்டைகளும் பவளமல்லிகளும்
பூத்துக் குலுங்கும் அதன் முற்றம்
அதைக் கண்ட ஒவ்வொருவரும்
கொடுத்துவைத்தவர்கள்
ஒரு இடத்தில் சறுக்குகிறது
தலைகுப்புற விழுகிறாய்
ஆனால்
நீ சமாளித்திருக்க வேண்டும்
ஒரே ஒரு சிரிப்பொலி
பொட்டல் காட்டில்
முள்ளோடு முள்ளாய்க் கிடக்கிறாய்
சிராய்ப்புகள் எலும்புமுறிவு

ஶ்ரீவள்ளி கவிதைகள்

இந்தக் கனவை
நீ கண்டிருந்திருக்கவே கூடாது
ஆனால் அந்த மாளிகை
நிஜத்திலும் மேம்பட்ட நிஜம்

ஸ்ரீ வள்ளி கவிதைகள்

வெளிப்படுகை

சூரியகாந்திப் பூக்களின் தோட்டத்துக்குமுன்
அவள் நிற்கிறாள்
அவன் தோட்டம் அது
ஒரு பூ சாலையை நோக்கி
வளைந்து திரும்பியிருக்கிறது
அவள் தன் மார்பகங்களுக்கு நடுவே பொருந்தும்
ஒரு நினைவை அணைத்துக்கொள்கிறாள்
பின் கைகளை விரிக்கிறாள்
சூரியன் சற்று அருகே வந்திருக்கிறது
பூ சற்று அதிர்ந்து விரிகிறது
இரவிலும் அவன் வர அதிக நாள் பிடிக்காது
முணுமுணுக்கிறாள்
'இன்றைக்குப் பயிற்சி போதும்'
பூவுக்குள் நுழைகிறாள்
மாலையில் அவன் வரும்போது
ஒரு பூவின் முகம்
ஒருத்தியை நினைவுபடுத்தப்போவது
யதேச்சையானதல்ல

ஸ்ரீவள்ளி கவிதைகள்

எழுதாப் பெயர்

நான் தீயில் எழுதுகிறேன்
ஒரே பெயர் வரும்
என் கதைகளை
எழுதும்போதே கருகி
உதிரும் விரல் துண்டங்களை
மறு கரத்தால் சேகரிக்கிறேன்
ஒரு விரல் இன்னும் உதிரவில்லை
பெயரை
எழுதி முடிக்கவில்லை

உன்னைத் தின்னுதல்

உணவு மேஜை அலங்கரிக்கப்பட்டிருக்கிறது
பேச ஏதுமில்லாத இருவர்
தமக்குத் தாமே பரிமாறிக்கொள்கிறார்கள்
வேறெங்கோ பார்த்தபடி
வட்டத்தன்மை அறுபடும்போது
உறவு சுருக்காகிவிடுகிறது
மார்புகள் துக்கத்தில் விம்முகின்றன
உணவை உண்டு முடிக்கத்தான் வேண்டும்
மூச்சுக் குழாய்க்குள் நுழைகிறது
புதுப் பிணத்தின் மணம்
ஒரு கட்டளையாக
விரும்பினாலும் விரும்பாவிட்டாலும்
உறவை இழக்கும்போது
உணவு மேஜையில்
உன்னை நீ தின்னத் தொடங்குகிறாய்

ஸ்ரீவள்ளி கவிதைகள்

புழு

ஒரு சின்னப் புழு ஓரடி இலையை
இப்போதுதான் கடக்கத் தொடங்கியிருக்கிறது
நானும் உன்னிடம் வர அத்தனை நேரமாகும்
அது முழு உடலோடு நகர்வது போல
ஆனால் பாதி உடல் பின்னுக்கு வந்துவிட
விளக்கங்களும் அற்பச் சமாதானங்களும்
ஒரு தொட்டி நிறைய கண்ணீரும்
என் எடை கூடிவிட்டது
என்னால் எழ முடியவில்லை
புழு கொஞ்சம் நகர்கிறது
ஆனால் நேராகச் செல்லாமல்
90 டிகிரியில் திரும்புகிறது
ஐயோ அது ஏன் திரும்புகிறது
புழுவே நேரே போய்த் தொலை
அது கேட்கப் போவதில்லை
கூச்சத்திலும் அவமானத்திலும்
ஒரு சொல்லில் அரைச் சொல்லை
மென்று முழுங்குகிறேன்
புழு திடீரென வேகம் பிடிக்கிறது
இலையின் பக்கவாட்டுக்கு வருகிறது
இப்போது பாதி உடல் வெளியே
எத்தனை முறை நேற்று
கத்தியை நான் எடுத்திருப்பேன்
புழுவே குதித்துவிடாதே
அது அத்தனை கஷ்டமல்ல
மெல்ல நீ எதிர்முனைக்குச்
சென்றுவிடலாம்

திடீரெனப் புழுவைக் காணவில்லை
நான் என்னைப் பெட்டியாக்கி
ஒளிந்துகொள்கிறேன்
உன் புன்னகையே அதன் சாவி
மெதுவாக இலையைத் தூக்கிப் பார்க்கிறேன்
நான் இருக்கிறேனா இல்லையா எனத்
தயங்கித் தயங்கி
என் கண்ணுக்குள் நீ பார்ப்பது போல
புழுவுக்கு ஒன்றும் ஆகவில்லை
அது இலையின் அடிப்பக்கத்தில்
பராக்குப் பார்த்தபடி ஊர்கிறது
நீ ஒன்றும் கவலைப்படாதே
உன்னை விட்டால் யாருண்டு எனக்கு
எதிர்முனையில் நான் ஏற
உன் கைவிரலை நீ காட்ட
உனக்கே உனக்கென மோதிரமாவேன்
யார் கண்ணுக்கும் தென்படாத மோதிரம்
உன் சொல் ஒருமுறை உரச
அதிலிருந்து
சில சொர்க்கங்கள் பிறக்கும்

ஸ்ரீவள்ளி கவிதைகள்

டிசம்பர் கூற்று

நீ அருகே இல்லாவிட்டாலும்
அருகே இருப்பதாக நான் உணர்வதற்கு
இரண்டு அர்த்தங்கள் உண்டு
ஒன்று, கால புஷ்பம்
இடத்தைப் பொறுத்து
நறுமணத்தைக் கூட்டிக்கொள்கிறது
இரண்டு,
பௌர்ணமியாகத் திருக்கோலம்
காணும் குறை பிறைக்கு
ஒன்றே அர்த்தம்

எனக்கு உன்னிடம் என்னதான் வேண்டும்?

என் கன்னத்தில் உன் கையைச் சேர்த்தபடி சில
கேள்விகள் போதும்: நீ வானத்தைப் பார்க்கும்போது
என்ன நிறத்தில் பார்க்கிறாய், உன் கனவில்
செவ்விந்தியர்கள் வந்திருக்கிறார்களா, இப்படிச் சில

உன் கண்களில் நான் கரையும்போது சில பதில்கள்
போதும்: நீ நினைப்பது போலில்லை, எல்லாம்
சரியாகிவிடும், இப்படிச் சில

அதன் பிறகு நாம் மௌனமாக அமர்ந்திருப்போம்
அந்த இடம்
இப்போதிருப்பதைப் போல
கறுப்புப் பெட்டியாக இருக்காது

ஸ்ரீவள்ளி கவிதைகள்

அந்தரங்கமானவர்களுக்குள் கசப்புற்ற விவாதம்

இரட்டை சாட்சி
புகை மேடை
ஒரு கண்ணுக்கும் அடுத்த கண்ணுக்கும்
வாக்குவாதம் கைகலப்பு
திடீர் கல்வீச்சு
ஒரு கல் ஒரு கண்ணிலிருந்து
அடுத்ததன் மேல் எறியப்படுகிறது
ஒரு கண் அடுத்ததிடம்
நியாயம் கேட்கிறது

Clit

இதைவிடச் சின்ன ரீங்காரச் சிட்டு
உன் அளவிடும் விரல்களுக்குள் படபடக்க முடியாது
இதைவிடச் சதைப்பற்றுள்ள கனியை
உன் வறண்ட ஆன்மாவுக்கு நீ அளிக்க இயலாது
உன்னைப் பிறப்பிக்கும் அலையில்
மூழ்கும்போது
தீர்த்தயாத்திரையை முடித்துக்கொள்

ஸ்ரீவள்ளி கவிதைகள்

வசியம்

மூன்றாம் பிறை இருளில்
ஒரு சந்தேகத்துக்கும் ஒரு வார்ட்ரோபுக்கும்
இடையில் முத்தமிட்டோம்
அவனுக்கொரு காதலி உண்டு
'உன் காதலுக்கு பங்கம் வராதே'
தயங்கி வாய்க்குள் துழாவுகிறேன்
'எனக்குத் தமிழ் தெரியாதது பிரச்சினையில்லையே?'
அவனுக்குச் சுத்தமாகத் தமிழ் தெரியாது
எனக்கு அவ்வளவாக அவனைத் தெரியாது
தொடங்கியிருக்கக் கூடாதென
தோன்றிவிடக்கூடிய இன்னொரு உறவு

என் இதயத்தின் காட்டுப்பூனை
தீப்பற்றிய வீட்டிலிருந்து
துள்ளிக் குதித்தது
இறுகப் பற்றியது அவனை
காமம்
கண்களில் தொடங்கி
பிறப்புறுப்புகள் வழியே
குனிந்த முகத்தோடு முடியும் யாத்திரை

ஜன்னலைத் திறக்கிறேன்
மேக பூத இரவு
அறைக்கு வெளியே ஒரு மாமரம்
என்னையே பார்க்கிறது
ஒரு திடீர் உப்புக்காற்று
என் முகத்தில் வந்தறைகிறது
முடியை உலுக்குகிறது

● ஸ்ரீ வள்ளி கவிதைகள்

ஒவ்வொரு வசியத்திலிருந்து
விடுபடும்போதும்
என் வயது சில ஆண்டுகள்
கூடிவிடுகிறது

ஸ்ரீவள்ளி கவிதைகள்

தேர்வு செய்யப்பட வேண்டியவன்

மலையில் ஏறிக்கொண்டிருப்பவனை அழைக்காதே
அவன் திரும்பிப் பார்க்கப்போவதில்லை.
மலையிலிருந்து இறங்கிவிட்டவனிடம் கேட்காதே
உச்சியில் எதுவுமில்லையெனக்
கைவிரித்துவிடுவான்
மலையில் ஏறுவேன் எனக் கூறிவிட்டுப்
போக்குக்காட்டுபவனே சிறப்பு
அவனுடைய ஒரு கண் மலைமீது இருந்தால்
இன்னொரு கண் உன்மீது இருக்கிறது
அவனை நீ நேசிக்கலாம்
மேலும் அவனிடம் நீ வாதிடலாம்
ஏறுவேன் என்று சொல்லவில்லை
ஏறுவோம் என்றுதான் சொன்னாய்
என்றால் அவன் தயங்காமல்
ஆமாம் என்பான்

நான் அந்த மீன்

உன் குரல் எனக்கு
நாகலிங்கப் புஷ்பங்களைக் காட்டுகிறது
குன்றின் மீது துலங்கும்
மின்னொளியைக் காட்டுகிறது
தூரத்துக் கடலில் சல்லாபித்துக்கொண்டிருக்கும்
இரு டால்ஃபின்களைக் காட்டுகிறது
சிறுநகரத்தில் காதலியைப் பிரிந்த ஒருவனின்
பெருமூச்சைக் காட்டுகிறது
அவன் பெருமூச்சை வெளிவிடும்போது
காற்று தன்னை உள்வாங்கிக்கொள்கிறது
புழுக்கத்தில் நகர மக்கள்
தங்கள் மேலாடைகளைத்
தளர்த்துவதைக் காட்டுகிறது
ஆனால் உன் டெக்ஸ்ட்
இவை எதையும் காட்டுவதில்லை
அபூர்வமாக அதில் ஒரு எமோஜியோடு
என் முகத்தை வைத்து இழைகிறேன்
பல நாட்களாக
நீர் மாற்றப்படாத மீன் தொட்டியில்
இருக்கும் ஒரே ஒரு மீன்
தொட்டியின் கண்ணாடியோடு
இழைவதைப் போல

ஸ்ரீவள்ளி கவிதைகள்

வார்த்தைக் குழப்பம்

வாயேன் எனச் சொல்ல நினைப்பதும்
வராவிட்டால் என்பதும்
இரேன் எனச் சொல்ல நினைப்பதும்
இருக்க முடியாது என்பதும்

என் மனதின் அடியில்
தீராத சர்க்கரைக்கட்டி இருக்கிறது
அதை உறிஞ்சி எடுக்கும்
தேன்சிட்டு
என் நாக்கில் அமராமல்
நாள்பட்ட சந்தேகத்தில் அமர்வதே
இதற்குக் காரணம்

காலம் கடந்த கேள்விகளுக்கான பதில்கள்

இந்தச் சண்டை முடியப்போவதில்லை
இந்தத் தாபம் தணியப்போவதில்லை
தூண்டில் போட்டது போட்டபடி இருக்கிறது
ஒரு மீன் புழுவை உண்ண வருகிறது
தூண்டிலையும் மீனையும் புழுவையும்
யோசிப்பவளுக்குச் சில கேள்விகள் உள்ளன
ஒரு கேள்விக்கு லைட் ஹவுஸ் மீது நிற்கும்
சோம்பேறி நிலா பதில் சொல்கிறது
இன்னொன்றுக்கு நடைபாதையில்
குப்பைக்கூளத்தோடு கிடக்கும்
சிறிய புட்டி பதில் சொல்கிறது
கடற்காற்று மாறுபட்டு வீசி
இரண்டையும் மறுக்கிறது
காலம் கடந்த கேள்விகளுக்கு
மனிதர்கள் பதிலளிப்பதில்லை
அவர்கள் கேட்கும் முகத்தை
ஏறிட்டும் பார்ப்பதில்லை

உன் பெயர்

பறவை, நீலம், தென்றல் எனப்
பல பெயர்கள் உனக்குண்டு எனக்
கேள்விப்பட்டேன்
ஆனால் உன் பெயர்
உன் பெயராக இருக்கும்போதே
எனக்கானதாக இருக்கிறது
வேறு தோட்டங்களில் அலைந்து
வாதாம் விதைகளைத் தூவிவிட்டு
வேறு வானங்களின் சோம்பல் நிறத்தை
வெளிர் நீலமாக மாற்றிவிட்டு
வேறு மனங்களின் கோட்டை அடுப்புகளை
விசிறாமல் தணித்துவிட்டு
என்னிடம் வரும்போது
உன் பெயர் சொல்லி நான் அழைக்கையில்
பல காடு கடல்களின் பறவையை
பல பருவங்களின் வானத்தை
பல வண்ணக் காற்றுகளை
ஊழியை
நான் அழைக்கிறேன்

ஸ்ரீ வள்ளி கவிதைகள்

நீ நிலவு நான் பாம்பு நான் நிலவு நீ பாம்பு

'செய் இதை' என்கிறது குரல்
விளக்குகள் சிரித்து மின்னுகின்றன
சுவர்கள் கூடுமிடத்தில் இரு பல்லிகள்
உறைந்துபோயிருக்கின்றன
கால்கள் உதைக்கின்றன
முலைக்காம்புகள் கருநீலமாகின்றன
இரு ஆன்மாக்கள் ஒன்றையொன்று
ஒரே கிண்ணத்தில் தின்னுகின்றன
உள்ளீடற்ற வானத்திலிருந்து
தொங்குகின்றன உடல்கள்
இப்போது அடுத்தவர் முறை
கயிறுகள் திரவப் பொன்
முல்லைப்பூ நகங்கள்
சொர்க்கத்துக்கும்
மேலான சொர்க்கத்துக்கும்
இடைப்பட்ட கோட்டின்
அலறல்
நன்மைக்கும் தீமைக்கும்
அப்பாலான
தேனடையைப்
பிறப்பிக்கும் வலி

பாம்பால் கவ்வப்பட்டு
சிறிது சிறிதாக வெளிவரும்
நிலவாக இருக்க
இருவர் எடுக்கும் உறுதிமொழிக்கு
மினுங்கும் ஆடுசதைகளும்
ஒரு சுடரும் அவசியம்

ஸ்ரீவள்ளி கவிதைகள்

அடுத்த வாரம் திரும்பி வருவேன்

சென்ற வாரத்தில் ஏழு நாளும்
என்னைச் சிதைத்துக்கொண்டதைச் சொல்வேன்
நூலகத்தின் கழிவறையில்
ஒரு மதியம் சரிந்து விழுந்ததைச் சொல்வேன்
ஏழு நாட்களும் என் பாதையில் கண்ட
எந்த துலிப் மலரிலும் ஒளியில்லை
மலரில் இருளை நீ எப்படி எதிர்கொள்வாயென
எனக்குத் தெரிய வேண்டும்
எதிலும் உன் கருத்து எனக்கு முக்கியம்

உன் குறுஞ்செய்திகள் எதுவும்
என் மொபைலில் இப்போது இல்லை
அது இறந்த கைக்குழந்தை
முன்பைவிட எடை குறைந்திருக்கிறது

உன் பார்வையைக்
கருகமணியாக அணிந்திருந்தேன்
இப்போது

ஸ்ரீ வள்ளி கவிதைகள்

காலையில் ஒன்று மாலையில் ஒன்று என
பூச்சிகளை என் மேல் பரவவிடுகிறேன்
சிவப்புத் திட்டுகளோடு கூடிய உடலை
கனவில் எப்படி எதிர்கொள்வாய்?
எதிலும் எனக்கு உன் கருத்து முக்கியம்

அடுத்த வாரம் திரும்பி வருவேன்
ஒரு பறவை தன் கூட்டை அடைவதைப் போன்ற
பாவனையில் அல்ல
நான்கு கண்களாக வானத்தைப் பார்க்கும்போது
அதன் நீலம் நீதியைச் செய்யுமென்ற
எதிர்பார்ப்பில்

மனிதர் பறவை கனவு

நேற்றையும் இன்றையும்
சிறு பாலம் இணைக்கிறது
இன்றையும் நாளையையும்
பெரும் பள்ளத்தாக்கு பிரிக்கிறது
நேற்றுக்குச் செல்வது எளிதென்பதால்
நேற்றிலிருந்தபடி
வாழ்கிறார்கள் மனிதர்கள்
ஆனால் எல்லாப் பறவைகளுமோ
நாளையிலிருந்து இன்றுக்கு
இரைதேடிப் பறந்து வருகின்றன
பறவைகளும் மனிதர்களும்
வெவ்வேறு கனவுகளைக் காண்கிறார்கள்
பறவைகளின் கனவுகளில் புழு பூச்சிகள்
மனிதர்களின் கனவுகளில் மனிதர்கள்
நேற்றிலிருந்து இன்றைக் கனவு காண்பதற்கும்
நாளையிலிருந்து இன்றைக் கனவு காண்பதற்கும்
ஒரு வித்யாசமுண்டு
இரண்டாவது கனவு மாத்திரமே
பலிக்கக்கூடியது

கண்: ஓரங்க நாடகம்

என் ஜன்னலுக்கு முன்னாலிருந்த
மரம் ஒரு காற்றுக்கே விழுந்துவிட்டது
அந்த இடத்தில் வேறொரு மரத்தை
அபிநயிக்கிறேன்
முதலில் ஒரு செடியை
அதன் வேரை
தளிர்த் தண்டை
சின்னச் சின்ன இலைகளை
பின் செடி பெரிதாவதை
அதன் மலர்களை காய்களை
கனிகளை கிளைகளை
அதில் வந்தமரும்
ஒற்றைக்கண் காக்கையை
என் ஜன்னல் வழியாக
அது உற்றுப் பார்ப்பதை
கிளைகளில்லாவிட்டாலும்
மரம் வளராவிட்டாலும்
செடியே வைக்காவிட்டாலும்
அது பார்ப்பதை நிறுத்தப் போவதில்லை

ஸ்ரீவள்ளி கவிதைகள்

ஆம்

காதல் ஒரு பழைய வார்த்தை
அதை மறந்துவிடு
இதயத்துக்குப் பதிலாக
இடக்கையை மூடிக்கொள்
அதற்குள் இறந்து கிடப்பேன்

நீயாக நீ இல்லாதபோது

பள்ளத்தில் நீராகக் குழம்புகிறாய்
தன்சொரூபமற்ற நீர்
உனக்கென்று திட்டம் கனவு இல்லை
காலம் நினைவில் இல்லை
யூகமாய் ஒரு திசையில் நகர்ந்தாய்
கிடைத்த இடத்தில் தேங்கினாய்
எப்போதாவது வாகன விளக்கு உன் மேல்
பார்த்து பிரமிக்கிறாய்
மற்ற சமயங்களில்
சிறிது சிறிதாக வற்றுகிறாய்
இதற்கு முன் சிற்றோடையாய் ஓடினாய்
ஆறாய்ப் பெருக்கெடுத்தாய்
ஒன்றும் மோசமாகிவிடவில்லை
இப்பருவத்தின்
ஒரு பெருமழை மிச்சமிருக்கிறது
வாரி எடுத்துச் சேர்த்துவிடும்
உன் பழைய சீருக்கு
உன் பழைய துள்ளலுக்கு
ஆம்பல் மொக்குகள் காத்திருக்கின்றன
கோணல் வழிகளிலிருந்து
நற்கதிக்குத் தேவைப்படுவதெல்லாம்
ஒரு நல்ல மழை

பச்சைக்கண் பூதத்தின் பின்னால் போகிறவன்

நமக்காக நிறைய திட்டங்கள் வைத்திருந்தேன்
ஒன்று, ஊர்க் கோயிலின் கோபுர பொம்மைகளைச்
சேர்ந்து எண்ணுவது
அடுத்தது, ஷேக்ஸ்பியரின் ஒத்தெல்லோவின்
ஒரு பகுதியை நாம் நடித்துப் பார்ப்பது
'ஐயா! பொறாமையைக் குறித்து
ஜாக்கிரதையாக இருங்கள்!
தான் உண்ணும் மாமிசத்தையே
எள்ளி நகையாடும்
பச்சைக்கண் பூதம் அது'
இதை நம்மில் ஒருவர் சொல்லும்போது
சொல்பவருக்குப் பச்சைக்கண் என
அடுத்தவர் சந்தேகிப்போம்
பிறகு சிரிப்போம்

ஆனால் பார்
நிஜமாகவே பச்சைக்கண் பூதம் வந்துவிட்டது
அது நம்மோடு கோபுர பொம்மைகளை
எண்ணுவது போல
நம் உடல் எலும்புகளை எண்ணுகிறது
நம்மோடு சேர்ந்து நடிக்கிறது
என் உடலோடு உடலாக உன்னிடம்
உன் உடலோடு உடலாக என்னிடம்
வசனங்களைச் சரியாக ஒப்பிக்கிறது
சிரித்தபடி
உன்னை அழைக்கிறது

ஸ்ரீ வள்ளி கவிதைகள்

அதை நானென்று எண்ணுகிறாய்
அதன் பின்னால் செல்கிறாய்
நான் அலறுகிறேன்
என் குரல் கட்டப்பட்டிருக்கிறது
என்னைப் பார்
பாரேன்
வேசைக் காற்றே!
அவன் தலையைச் சற்று திருப்பேன்

ஸ்ரீவள்ளி கவிதைகள்

பூனை வரும் ஒரு காட்சி

பூனைகளைப் பற்றி
எனக்கிருக்கும் அச்சமெல்லாம்
அவற்றுக்கு நான் ஒரு பூனையென்று
தெரியும் என்பதுதான்
நேற்றிரவு ஒரு கடுவன் பூனை
சிவப்புக்கல் தாழ்வாரத்திலிருந்து
என்னைப் பெயரிட்டு அழைத்தது
கதவைத் திறந்து
கிண்ணத்தில் தீனி வைத்தபோது
பூனையின் முகம்
கடவுளைப் போலவே இருந்தது
அப்போது
மேலிருந்து நிலா
சிவப்புக்கல் தாழ்வாரத்தில்
ஒரு வட்டம் போட்டு
எங்களைக் காட்டியது
எல்லோரும் தூங்கிக்கொண்டிருந்தபோது
யார் அதைப் பார்த்திருக்க முடியும்?

உடைமை

நீ போன போகாத
இந்நகரத்தின்
பெண்கள் யாவருக்கும்
உன்னைத் தெரிந்திருக்கிறது
ஒரே பூச்சரத்தைக் கிள்ளிப்
பகிர்ந்துகொள்ளும் பெண்கள்
கலகலவென சிரிக்கிறார்கள்
எனக்குக் கிடைத்த சரத்தில் மட்டும்
என்னைத் தேக்கும்
இரு விழிகள்
தலையில் வைக்காமல்
உள்ளங்கைக்குள் வைப்பேன்

இடித்துரை

இத்தெருவில்
இன்னும் கோலம் போடுகிறார்கள்
வழக்கம்போல் பெண்கள்
பூசணிக்கும் சாணத்துக்கும் அதே கௌரவம்
தேர்க்கோலத்தைப் பார்ப்பதுபோல் பார்த்தபடி
ஜாக்கிரதையாக நடக்கிறான்
வழக்கம்போல் ஓர் இளைஞன்
பக்கத்து வீட்டிலிருந்து ஒலிக்கிறது
'பனித்தலை வீழ நின் வாசற்கடை பற்றி'
யார் யாரோ நின்றிருப்பார்கள்
பக்கத்துத் தெருவிலிருந்து
பாங்கொலி இணைகிறது
எதுவுமே மாறவில்லை பார் எனப்
பொய் சொல்கிறது இப்பருவகாலம்
'அஸ்ஸலாத்து ஹைரும் மினன் நௌம்'
'ஈதென்ன பேருறக்கம்'
வழக்கம்போல்
எழுந்துவிட்டவர்களையே
எழச் சொல்வதில் என்ன பொருளுண்டு
தூங்குபவர்களிடம்
தூங்குவதைப் போல் நடிப்பவர்களிடம்
எதுவும் வேலைக்கு ஆகாதபோது
அங்கே ஓர் இடியை
இறக்கத்தான் வேண்டும்

இந்நாள்

அதிகாலையிலேயே ஜன்னலைத் தட்டி
உணவு எங்கே என்றன
குட்டி கார்டினல் பறவைகள்
தன்னில் லயித்திருக்கிறது
பொன்னோவிய வெயில்
சக்தி வாய்ந்த டிடர்ஜெண்டில் துவைத்து
மனம் காயப்போட்டிருக்கிறது
அதிலும் ஒளிப் பொட்டு
அதிலும் சிறகடிப்பு
யாராலும் எதனாலும்
குரல் தழுதழுத்துப் போகாதபடி
அபூர்வமாகவே
எனக்கு நாட்கள் அமைகின்றன
இந்த நாள் அப்படித்தான்
அது தன் மணிக்கட்டில்
இருக்கவேண்டும் என நான் நம்புகிற
ஒரு கடவுளின் தாயத்தை
அணிந்திருக்கிறது

ஸ்ரீவள்ளி கவிதைகள்

சாதாரணமாக இரு என்கிறாய்

சென்ற தடவை
நான் வந்தபோது
இங்கே நின்றிருந்த மலையில் பாதியை
இப்போது காணோம்
அதிலிருந்த சிற்றோடை
யார் வீட்டு ஹாலில் துள்ளிக் குதிக்கிறதோ
சென்ற தடவை
நான் வந்தபோது
சன்னிதியில் பார்த்த சிவகாம சுந்தரியை
இப்போது காணோம்
ரம்யா கிருஷ்ணனின் சிறுவடிவச் சிலை
கண்ணை உருட்டி உருட்டிச் சிரிக்கிறது
சென்ற தடவை பார்த்ததைவிட
அமேசானில் அன்பு
பன்மடங்கு அனுப்பப்படுகிறது
ஆனால் நான் சாதாரணமாகத்தான் இருக்கிறேன்
என் வீட்டில் அதே
காய் நறுக்கும் கத்தி

ஸ்ரீ வள்ளி கவிதைகள்

அந்த ஊரில் பூவரச மரமில்லை

அந்த வீட்டு வாசலில்
இருவர் அமர்ந்திருந்தனர்
ஒருவர் மற்றவரைப் பார்த்தபடி
வேறெதிலும் அக்கறையின்றி
உலகத்தில் லட்சியமின்றி
வாலாட்டியபடி ஐம்பூதங்கள்
சுற்றிவருவதைக் கவனிக்காமல்
ஒரு நாள்
காற்று நூறு கரங்களால்
தூக்கியது இருவரையும்
மேகப்பொதி அஞ்சிச் சிதற
கீழிறக்கியது ஒரு பூவரச மரத்தில்
கிளைகளோடு கிளையானார்கள்
வகிடுகளில் பூந்தாதுகள் ஓடின
இலை நரம்புகள் நீண்டு
கை நரம்புகளில் இணைந்தன
தாவரச் சாறு நாளங்களில் புகுந்தது
பூச்சிக் கூட்டங்கள் சில
அக்குள்களில் குடியேறின

அந்த வீட்டு வாசலில்
இருவர் அமர்ந்திருந்தனர்
ஒரு காற்று நூறு கரங்களால்
தூக்கியது இருவரையும்
வீட்டுக் கூரைக்கடியே
பல்லிகளாக இருவர்
ஒட்டிக்கொண்டிருந்ததை
எவரும் பார்க்கவில்லை
தெருநாய்களும்
காற்றால் இருவர் கடத்தப்பட்டதை
அறியவில்லை

நிலைவேக்கம்

கால ஏடு என்கிறார்கள்
என்றோ பொடிப்பொடியாகியிருக்க வேண்டும்
கால நதி என்கிறார்கள்
எப்போதோ வற்றிவிட்டிருக்க வேண்டும்
காலக் கண்ணாடி என்கிறார்கள்
பூதக் கண்ணாடியாக இருந்திருக்க வேண்டும்
காலத்தைக் குதிரை என்கிறார்கள்
காலம் குதிரையாக இருப்பது நல்ல செய்தி
உன்னை அதில் நான் ஏற்றிச் செல்வேன்
வரலாற்றுக்கு முந்தைய
ஒரு தருணத்துக்கு
இணைமான்கள்
அல்லிக் குளக்கரையில்
அருகருகே விளையாடியபடி
நீர் அருந்திய தருணத்துக்கு
அசம்பாவிதமாக ஒரு மான்
புலியாக மாறி
இணையைத் துரத்தப் போவதற்கு
முன்பான தருணத்துக்கு
அப்போதும் வானம் இருந்தது
அப்போது அதன் மீது
யோனிகளிலிருந்து
இத்தனை ரத்தம் தெறித்திருக்கவில்லை
அத்தனை நிர்மலமாக
வானம் இருந்த காலத்துக்கு
ஒரு பூரணத்துக்கு

● ஸ்ரீவள்ளி கவிதைகள்

ஒரு நல்ல காதல் கவிதை எழுதப்படும்போது

எங்கோ ஒரு நதியில்
ஏதோ ஒரு தூண்டிலில்
நீண்ட நேரமாகக் காத்திருந்த
ஒரு புழு
தின்னப்படுகிறது

உனக்கு என்னைப் பிடிக்கவில்லை எனக் கூறியிருக்கக் கூடாது

அப்படிக் கூறியபோது
கிழக்காக வீசும் காற்று
சட்டெனத் திசை மாறியது
ஒரு கண்ணாடி உள்ளே சிதறியது
ஒரு பெயரிலிருந்து
உயிரெழுத்துகள் கலகலத்துக் கொட்டின
உண்மையோ பொய்யோ
உனக்கு என்னைப் பிடிக்கவில்லை
எனக் கூறியிருக்கக் கூடாது
அப்படிக் கூறியபோது
வீட்டெதிரே எலுமிச்சை மரங்களின் தலைகளை
இருள் தன் வாயில் கவ்வியது
ஒரு படகு சுழலை நோக்கித் திருப்பப்பட்டது
ஒரு பழைய மேஜையின்
இழுபெட்டியைப் போன்றதொரு
தீனக் குரலை யாரோ இழுத்துப்
பின் அடித்து மூடினார்கள்

ஸ்ரீவள்ளி கவிதைகள்

ஸ்ரீதூர்

ஊரடங்கிய நேரத்தில்
கண்மாயில்
கருவேல நெற்றாக அசைகிறேன்
ஆட்கள் விட்டுப்போன குன்றின்
சதைப்பற்று சுரண்டப்பட்ட
வயிறாக மல்லாந்திருக்கிறேன்
ஈரமற்ற பூமியின் மீது செத்துவிழும்
ஈசல்கூட்டமாயிருக்கிறேன்
நில விற்பனைத் தட்டிக்குக்
கீழே பூத்திருக்கும்
சின்ன வயலட் பூக்களின்
வரிசையாயிருக்கிறேன்
என்னைப்
பறித்துத் தொடுக்கிற விரல்கள்
அவை நாச்சியாருடையதில்லை
ஒரு பழைய கதாபாத்திரத்துக்காக
நான் தொடுக்கப்படவில்லை

இரவுக் குறிப்பு

சற்றும் இளகி இடம்கொடுக்காத
பனிப்பாளங்கள்
பல வரிசைக் காளான்களாய்
முளைத்திருக்கும் கார்கள்
அனாதைக் குப்பைத்தொட்டி
ஒருபுறம் உறைந்துபோன தூங்குமூஞ்சி ஆறு
இன்னொருபுறம் இரண்டு கைகளையும்
தூக்கிவிட்ட நான்
இடையே நழுவுகிறது
இந்த இரவின் நகரம்
ஒரு பாம்பைப் பிடித்து
ஏன் நிப்பாட்ட வேண்டும்?

நெற்கதிராதல்

இரவில் ஒரு ஜன்னலருகே அவள் நிற்கட்டும்
ஒளிரும் நட்சத்திரத்தின் சாட்சியாகச் சொல்லட்டும்
'நான் இருக்கிறேன்'
அச்சேதியை ஒரு விதை கேட்கட்டும்
விரையும் காற்றிடம் விதை தெரிவிக்கட்டும்
'ஆமாம் அவள் இருக்கிறாள்'
காற்று ஒரு திசையைத் தேர்ந்தெடுக்கட்டும்
நிலத்தை உழுதுவிட்டு
முழங்காலைக் கட்டியபடி அமர்ந்திருக்கும்
ஒருவனின் திசையை
அவனிடம் காற்று கிசுகிசுக்கட்டும்
'ஆமாம் அவள் இருக்கிறாள்'
அப்படிக் காற்று கிசுகிசுக்க
அவன் தலையாட்டும்போது
நெற்கதிராகியிருப்பான்

என்றேனும்

ஞாபகம் ஏரியாகத் ததும்ப அதில்
நம் கால்கள் தொட்டும் தொடாமலும் அளைய
குட்டி மீன்களும் கண்களும் குறுகுறுக்க
பேசாமல் அமர்ந்திருக்கவே விருப்பம்
ஆனால் ஏரியை நோக்கி வருகிறபோது
ஒரு செய்தி வந்து சேர்கிறது
பெயர் கேள்விப்பட்ட
ஏதோ ஒரு ஊரில் சில ஆண்கள்
ஏதோ ஒரு பெண்ணிடம் அத்துமீறுகிறார்கள்
ஒரு பெண் குழந்தையை நாட்கணக்கில்
வன்புணர்கிறார்கள்
ஒரு நாய்க்குட்டி துன்புறுத்தப்பட்டு
மாடியிலிருந்து வீசப்பட்டுவிடுகிறது
உறைந்து நின்றுவிடுகிறேன்
பின்னர் ஏதேதோ தாமதித்துச்
சந்திக்கிறோம்
அற்பர்களின் மத்தியில்
அங்காடிச் சந்தடியில்

உன் முகம் மறந்த கசப்பில்
என் கைப்பையிலிருந்து
தவளைகளை எடுத்து
உன்மீது விட்டெறிகிறேன்
என்னைத் தெரியாதவனைப் போல்
பெருந்தன்மையாய் நகர்கிறாய்
மீண்டும்
ஞாபகம் ஏரியாய்த் ததும்பக் காத்திருப்பதும்

ஒரு செய்தி என்னை அடைவதும்
நான் உறைந்துபோவதும்
உன்மீது விட்டெறியும் தவளைகளில்
ஒரு புத்திசாலியாவது
உன் கையைப் பிடித்துத் தரதரவென
இழுத்துவரத்தான் போகிறது என்னிடம்

ஆதர்சம்

பாயசமாகத் தித்திக்கும் தேநீரில்
சுவைத்துச் சுவைத்து
எழப் பார்க்காத
எறும்பாகத்
தத்தளிக்க வேண்டும் காதலில்
குடிக்கப்படாமல்
ஆறிவிடும் அதை
வாஷ்பேசினில்
ஏதோ ஒரு கை கொட்டும்போது
சாக்கடைக் குழாய்க்குள்
பெயரற்றுச் செத்து
பயணிப்பது தெரியாமல்
பயணிக்க
எப்போதும் ஆயத்தமாக

'சீக்கிரம் பார்ப்போம்'

இலையுதிர்க் காலத்தில் இதை நான் கேட்கும்போது
பழுத்த இலைகளை நிதானித்து உதிர்க்கிறேன்
வசந்தத்தில் இதைக் கேட்கும்போது
குயில்களோடு குயிலாய் ஒரு சுற்று பறக்கிறேன்
இந்தக் குளிர் காலத்திலோ இதைக் கேட்க
என் உடலெங்கும் கண்கள் முகிழ்கின்றன
கன்றுக்குட்டிகளாகிப் பரபரக்கின்றன
புகை அடர்ந்த பனியில்
நகரச் சந்தடியில்
ஒரு தாடையைத் தொட்டு வருடி வரும்
காற்றின் மடியில்
அவை முட்டி மோதுகின்றன
'சீக்கிரம் சீக்கிரம்'

நேரம் அதிகமில்லை

நேரம் அதிகமில்லை
இருட்கடல் சூழ்வதற்கு முன்பாக
நான் ஒரு சின்னப் படகைத்
தயார் செய்ய வேண்டும்
அதில் சில புத்தகங்கள் போதும்
அக்கரை என்று ஏதுமில்லாத கடலைக்
கடக்கும்போது
ஒரு புத்தகத்தின் நீண்ட வார்த்தையின் மீது
துயில்வேன்
ஒரு கடின வார்த்தையைப்
பற்றிக்கொள்வேன்
அக்கரை என்று ஏதுமில்லாத கடலில்
ஏதோ ஓர் இடத்தில்
என் பாலுறுப்பில்
நிற்காத பூகம்பத்தைக் கிளர்த்தும்
ஒரு வார்த்தையோடு
சாவின் நாற்காலியில் அமர்வேன்

இன்றிலிருந்து இன்று

இப்போது மணி 3 இரவு
தூங்கியெழுந்து கண் விழித்ததும்
உன் முகம் தெரிந்தால்
எப்படியிருக்குமென யோசிக்கிறேன்
நான்கு தூக்க மாத்திரைகளைக் கையில் எடுக்கிறேன்

★★

அதே பழைய மதியம்
மிகப் பழையதாக
எண்ணெய்த் தூக்குக்கு அடியில் பரப்பிய
செய்தித்தாளாக

★★

கல்லறைத் தோட்டத்துக்குப்
பேருந்தில் செல்ல முடியுமென
இன்றுதான் அறிந்தேன்
தற்கொலை செய்துகொண்டவர்களிடம்
கற்றுக்கொள்வது
உதவுமா?

★★

அல்லது
ஐந்து மணிக்கு அலாரம் வைத்தெழுந்து
நடைப் பயிற்சி செய்வது?

★★
இன்று உன்னைத் தொலைபேசியில் அழைப்பேன்
நீ எடுப்பாய்
நாம் பேசப்போவதில்லை

★★
அங்காடியில் உன்னைப் போலொருவன்
பெரிய உறைந்த மீனின் துண்டமொன்றை
வாங்குகிறான்
அவன் கைக்கு வந்தவுடன் அது துடிக்கிறது
வீட்டுக்குச் சென்றபின்
மீன் தொட்டியில் அதைப் போடுவான்
அது நீந்தும்
அவனைப் பின்தொடர்ந்து செல்கிறேன்
அவன் ஒரு டாக்ஸியை அழைத்து
ஏறிச் செல்கிறான்

★★
இரவின்
கருணையே கிடையாதென்கிற
இந்தக் குரல்கள்

ஸ்ரீவள்ளி கவிதைகள்

அவளுக்கு அவனிடம் கேட்க மூன்று கேள்விகள் இருந்தன

கேள்வி ஒன்று:
'கானகத்தில் தொலைந்திருக்கிறோம்
கதகதப்பான சுடர் அணைந்தால் இருளில்
மீண்டும் சிக்கிமுக்கிக் கல்லைத் தேட முடியுமா?'
கேள்வி இரண்டு:
'இந்தப் பழைய பித்தளை விளக்குகளை
எப்போது தேய்த்து முடிப்பாய்
எப்போது மாடத்துக்குச் சென்று
பௌர்ணமியைப் பார்க்கப் போகிறோம்?'
கேள்வி மூன்று:
'ஏன் அவளோடு பேசும்போது மட்டும் அவன்
புருவங்கள் நீதிமான் தோரணையில் நெரிகின்றன?'
கேள்விகள் புரியாத பாவனை காட்டும்
வேட்டைக்காரனென்றால்
கேள்விகள் புரியப்போவதில்லை
கேள்விகளை உள்வாங்கும்
காதலனின் பதில்களோ
செயல்களாகக் கனியாமல் இருக்கப்போவதில்லை
எப்படியும் அவளுக்கு லாபமன்றி
நஷ்டமில்லை

எதுவுமில்லை

உனக்கு அளிக்க என்னிடம் எதுவுமில்லை
தேர்ந்த சொற்களின் வசீகரம் இல்லை
உடனிருக்க வாய்ப்பு இல்லை
என் நெற்றிப்பொட்டைவிடச்
சின்ன மனம்
மங்கிப் பிரதிபலிக்கும் நிலவை
ஒரு கல்வீச்சில் விசிறியடிக்கும்
நிலைகொள்ளா அதன் பரப்பு
மழைத் தூறலை வரவேற்க
உற்சாகப் பாடலை முணுமுணுக்கக்கூடத்
தெரியாத ஒரு தவளை அதில் வசிக்கிறது

ஸ்ரீவள்ளி கவிதைகள்

பிரகடனம்

நான் முலைகளைப் பற்றி எழுதவில்லை
சூரியகாந்திகள் பூத்திருக்கும்
முலைகளிலிருந்து எழுதுகிறேன்
யோனியைப் பற்றி எழுதவில்லை
கண்ணாக விழித்திருக்கும்
யோனிக்குள்ளிருந்து எழுதுகிறேன்
கருமணிச் சுவருக்குள்
வற்றாத சமுத்திரத்தின்
வண்ணப் பாசிகளோடும்
ஆக்டோபஸ்களோடும்
கருவுற்ற நண்டுகளோடும்
கப்பல் சிதிலங்களோடும் எழுதுகிறேன்
உதடுகளைப் பற்றி எழுதவில்லை
சூட்டுத் தழும்புகளோடு
வார்த்தைகளை உருவாக்கும்
ஆயிரமாயிரம்
குமிழ்களுக்குள் வசிக்கிறேன்
ஒரு உணர்வு தீண்ட
ஒரு குமிழ் உடைய
ஒரு வார்த்தையாய் வெளிவருகிறேன்
நான் எதைப் பற்றியும் எழுதவில்லை
நான் என்ற வார்த்தையைப்
பொறிக்கும் ஒவ்வொரு சமயமும்
கவிதை கிளுகிளுக்கிறது

முத்தம் பொதுவல்ல

முத்தத்தின் திருப்பலிக்கு முன்
புணர்வின் கீர்த்தனம் ஒன்றுமே இல்லை
இரு தழல்களின் தொடுகைக்கு முன்
வடிந்துவிடும் நீர்கள் பொருட்டே இல்லை
ஒரு தழல் ஒரு நெஞ்சைக்
குத்தி வெளியே இழுக்கிறது
தூண்டிமுள்ளில் மாட்டப்பட்ட
ஆட்டுக்குட்டி துடிக்கிறது
ஒரே சமயத்தில்
தெய்வமாகவும் பலியாகவும்
ஏற்கும் நேர்ச்சையும்
போலச் செய்ய முடியாத
பிரத்யேகம் முத்தம்

இருவர் புணர்கையில்
நால்வர் புணர்வது போன்ற
குழப்ப ஆவிகள்
முத்தத்தின் சன்னிதிக்குள்
நுழைய முடியாது

எவரையும் புணர்ந்துகொள்
முத்தத்துக்கு என்னைத்தா
என்பவளை
முத்தமிடும்போது
ஆகாயத்துள்
ஆகாயத்தின் சாரமான
ஆகாயத்தை முத்தமிடுகிறாய்

இரவின் ஐந்து

1.
தூக்கம் வராத இரு மைனாக் குஞ்சுகள்
மதியம் மரத்தடியில் நின்றவளைப்
பகடி செய்து சிரிக்கின்றன
'என்ன வெயில்! என்ன வெயில்!'

2.
அழுமூஞ்சி நிலா
நிற்காமல் வேகமாய்ச் செல்கிறது
அந்தப் பக்கத்தில்
வலைவிரித்துக் காத்திருக்கிறார்கள்

3.
அப்படியொரு தீனக்குரலில்
ஒரு நாய் ஊளையிடுகிறது
உலகத்தின் எல்லாச் சாவுகளையும்
தானே கண்ணுற்றதான பிரமையில்

4.
உறைபனிக்கும் கீழே குளிர்ந்த உடல்
வேண்டும் அணைக்க
இரவு வாடகைக்குப்
பிணம் கிடைக்குமா?

5.
என் உஷ்ணமான முதுகின் மீது
ஒரு பூச்சி வேகமாக ஏறுகிறது
அடைந்தே ஆக வேண்டிய இலக்கு
சிறு பூச்சிக்கும் உண்டு

கிறுவாணம்

இதயத்தின் ரணத்தை
உள்ளங்கையில் ஏந்துகிறேன்
நிணத்தின் கொழுப்பில்
உயிரைத் திரியிட்டு
விளக்கேற்றுகிறேன்
சில வரிகள் தென்படுகின்றன
இவை நான் எழுதியதல்ல
இந்த ரணம் கேட்டுத் தரப்பட்டதல்ல
என் பெயரை இதிலிருந்து நீக்குகிறேன்
நானே அப்புறப்படுத்தப்பட்டதைப் போல
நினைக்கிறேன்

நிலத்தில் வெப்பச் சலனம் மேலெழுகிறது
இரு ஈட்டிகள் குத்தவைக்கப்பட்டிருக்கின்றன
வலியும் வலிக்காத பாவனையும்
படைமரக் கனதியானவை
இரண்டுக்கும் நடுவே
கிறுவாணம் சுற்றுகிறது
கிறுக்குப் பிடித்த ஒரு பறவை
தன் ரணத்தைத் தானே கொத்துகிறது

ஸ்ரீவள்ளி கவிதைகள்

துயரம் சொல்லும் பொய்

தனக்குத் தத்துத் தரப்பட்ட குழந்தையைத்
துயரம் கூட வர அழைக்கிறது
குழந்தை முரண்டு பிடிக்கிறது
மண்ணில் புழுதியில்
புரண்டு அழுகிறது
துயரம் அதன் இடுப்பில் எத்துகிறது
குழந்தை உருள்கிறது
துயரம் சொல்கிறது:
'நீ ஒரு கோடி முறை
இப்படி உருண்டால் போதும்
நம் வீட்டுக்குப் போய்ச் சேர்ந்து விடுவோம்'

துயரம் சொல்வதோ பொய்
இது முடிவிலாத பாதை

மரத்தடியில் இருவர்

கனத்த காதலை ஏற்றிவைக்கும்போது
சிறிய மரக்கிளைகள் உடைந்துவிடுகின்றன
ஆனால் மரம் இன்னும் நிற்கிறது
கிளை உடைந்ததைப் பற்றி
ஒரு மேகம் ஆதுரமாய் விசாரிக்கிறது
மரத்தடியில் இருவர்
குனிந்து பார்த்துக்கொண்டிருக்கிறார்கள்
இதில் இன்னும்
ஒரு சொல்
ஒரே ஒரு சொல் மிச்சமிருக்கிறதா
இருவரில் யாரோ ஒருவருக்கான
இருட்பாதையில் கைவிளக்காக
வரக்கூடிய சொல்
இருவரில் யாரோ ஒருவர்
முகத்தைச் சுவரில் புதைக்கும்போது
தோளில் தட்டித் திருப்பும் சொல்
இருவரில் யாரோ ஒருவரது
கண்ணிமை மீது முத்தமிட்டு
கொடுங்கனவை அப்புறப்படுத்தும் சொல்
யாரோ ஒருவர் என்பது
எப்போதுமே ஒருவராக இருப்பதில்லை
என்பதால்
அந்தச் சொல் எனக்குக் கிடைத்தால்
உனக்குத் தந்துவிடுவேன் எனக்
கூறுகிறார்கள்
இருவரும்
ஒரே நேரத்தில்

ஸ்ரீவள்ளி கவிதைகள்

வேறு யாரோவாக இருக்கும்போது

இந்த நகரம்தான் எத்தனை நிர்மலமாக
நான்தான் எத்தனை நிர்மலமாக

நீங்களாக நானும்
நானாக நீங்களும் இருக்கும்போது
எல்லாச் சண்டைகளும் முடிந்துவிடுகின்றன

ஸ்ரீ வள்ளி கவிதைகள்

கடைசியில்

கடைசியில் ஒவ்வொரு ஓட்டமும் ஒரு புள்ளியில்
நிற்க வேண்டியிருக்கிறது
மீட்சியை நோக்கிய ஓட்டமோ
வலியை ஏமாற்றிவிட்டு ஓடிப் போவதோ
அந்தப் புள்ளியில்
தவறாமல் அதலபாதாளம் திறக்கிறது
இதுவரை பூஜித்த கோயில்கள்
அங்கே கல்லறைகளாக
தெய்வங்கள்
கழுகின் முகக்களையோடு குந்தியிருக்க
ஏன் ஓடி வந்தோம்
ஏன் நிறுத்தப்பட்டோம்
இது விதியென்றால்
அதை எழுதிய கை
எப்படி
அதே திரைக்கதையை
வரி மாறாமல்
ஒவ்வொரு கதாபாத்திரத்துக்கும்
எழுதுகிறது?

ஸ்ரீவள்ளி கவிதைகள்

தீப்பற்றட்டும்

ஈர இலைகள் என் முற்றத்தில் குவிந்திருக்கின்றன
பற்றவைக்கச் சிறு பொறியில்லை
பெருமூச்சு போதவில்லை
பாதச் சுவடில்லை
நடமாட்டமில்லை
என் மனதில் ஓர் அருவி
கொட்டும் சப்தம் கேட்கிறது
ஒரு கதவு திறக்கப்பட்டால்
மூழ்கடிக்கப்படும் இவ்வுலகம்
சொரிகிற பொன்னுக்கும்
மண்டியிருக்கும் இல்லைகளுக்கும்
இடையில்
வழியைத் தொலைத்துவிட்டு
நடக்கும்போது
கைவிடப்படுகிறேனா
காக்கவைக்கப்படுகிறேனா?

இன்னும் பூக்க மறக்கவில்லை

இந்த அதிகாலை
இந்நகரத்தில் வசிக்கும் சிலரை
யாத்ரிகர்களாக மாற்றுகிறது
உப்பின் நறுமணத்தை
அவர்களின் பாதைகளில் பரப்புகிறது
அவர்களைக்
கெடுமறதியிலிருந்து விடுவிக்கிறது
இதை எண்ணும்போதே
மனதின் சுருக்கங்கள்
நீவிவிடப்படுகின்றன
சூட்டுப் புழுதியின் கரம்
குடுமியைப் பிடித்து
ஆட்டும் முன்
இந்நகரம்
ஒவ்வொரு அதிகாலையிலும்
பிறக்கவே செய்கிறது
இந்நகரத்தின்
பெரும்பான்மையினர்
பூக்களின் பெயர்களை
அறிந்திராவிட்டாலும்
அவை இன்னும்
பூக்க மறக்கவில்லை

காதலில் பேசுதல்

நீரில் மூழ்கிக்கொண்டிருக்கும் பதற்றத்தில்
பேசுகிறீர்கள் என்றால்
நான் உங்களோடு இருக்கிறேன்
மூக்கு வாய் குதம்
எல்லாத் துவாரங்களுக்குள்ளும்
நீர் மிருகம் நுழைகிறது
திணறலில் முகத்தை
நீருக்கு மேல் திணித்து
அண்ணாந்து பார்க்கும்போது
எழுத்துகள் தெரிகின்றன
'நிரூபித்துவிடு!'
கால்கள் புதைவதற்கும்
இழுத்துப்போடப்படுவதற்கும்
இடையில்
ஒரு வானவில்
கிறுக்குத்தனமாகப்
பொருள்கொள்ளப்பட்டுவிடுகிறது

மகிழம்

இந்த மகிழ மரத்தடியில் நான் நிற்கிறேன்
வேறொரு மகிழ மரத்தடியில் நீ நிற்கிறாய்
காற்றின் சுகந்தம் நடுநிலையானது
பழசாகிப் போவதுமில்லை
வேறொரு மகிழ மரத்தடிக்கு நீ செல்லும்போதும்
இங்கேயே நிற்பேன்
காதலர் அந்நியராவதற்கும்
அந்நியர் காதலர் ஆவதற்கும்
காற்றே காரணம்
மேலும் மகிழம்பூவின் மணம்
இச்சக வார்த்தைகளின் மணம்
இரு கத்திகளால் குத்தப்பட்டுக்
கொப்புளிக்கும் குருதியுடன் சேரும்போது
தகனபலிக்கான தகுதி அல்லவா
இதயத்துக்கு வழங்கப்படுகிறது?

உறைதல்

இது முடிந்துவிட்டது என
ஒருவர் முணுமுணுத்தாலும்
ஒருவர் மட்டுமே முணுமுணுப்பதில்லை
ஒரு ஜோடிக் கண்களை
ஒரு ஜோடிக் கண்கள்
அப்போது பிரதிபலிக்கின்றன
எங்கோ ஒரு பாறாங்கல்லுக்குமுன்
குதித்து வந்த அலை
உறைந்து நிற்கிறது
ஆன்மா இல்லை என உறுதிப்படுவது
ஆன்மா இல்லாததைவிடக்
கொடுமையானது

ஸ்ரீ வள்ளி கவிதைகள்

இப்போது நாம் மெதுவாகக் குனிந்தால் போதும்

ஒரு பொழுதின்மேல் சொர்க்கம் என்றெழுதி
ஒட்டப்பட்டிருந்தால்
நாம் சந்தித்த அந்த மாலையாகத்தான் இருக்கும்
புகோவ்ஸ்கிதான்
அறிமுகப்படுத்தினார்
நம்மிடையே அமர்ந்தபடி சிகார் பிடித்தார்
அவர் கவிதைகளை
மாலை தொடங்கி இரவு முழுதும்
குரல் தழுதழுக்க வாசித்தோம்
சில கவிதைகளில்
பித்தம்கொண்ட
கொலைக்கு அஞ்சாத என் காதலனை நானும்
தன்னை விதவிதமாக மறைத்துக்கொள்ளும்
உன் காதலியை நீயும் கண்டுகொண்டோம்
அவர்கள் பின்னால் எப்போதும்போல்
அழுதபடியே சென்றோம்
எப்போதும்போல் மீட்க முடியாமல்
திரும்பி வந்தபோதுதான்
கன்றிப்போன முகங்களோடு
கைகளைப் பற்றிக்கொண்டோம்
தொடக்கப் புள்ளியை நாம் மறந்துவிடக் கூடாது
அதுவும் ஆயுள் குறிக்கப்பட்ட காதல்களுக்கு
அது அவசியம்
அது மட்டும்தான் அவசியம்

ஸ்ரீவள்ளி கவிதைகள்

அதன்பின் நடந்தவை மறக்கப்பட வேண்டியவை
அறைக்கு வெளியே
நாம் பூச்சி மனிதர்களைச் சந்தித்தது
அவர்கள் நம் கை கால்களில் ஏறியது
நம் மூக்கில் தம் கொடுக்குகளைவிட்டுக்
கிச்சுக்கிச்சு மூட்டியது
பின்னர் அறை முழுக்க வியாபித்தது
நமக்கு மூச்சுமுட்டியது
அனைத்தையும் மறந்துவிடுவோம்

என் கையைக் கிள்ளிக்கொள்கிறேன்
நான் உயிரோடுதான் இருக்கிறேன்
நீயும் உயிரோடுதான் இருக்கிறாய்
நமக்கு எதுவும் ஆகிவிடவில்லை
மேலும் புகோவ்ஸ்கி இருக்கிறார்
நம்மிடம்
'குனியும்போது கவனமாக இரு' என்றவர்
குனிவதைக் காதலிப்பது எனக்
கூறவில்லையா என்ன

நாம் நிதானமாக
வெகு நிதானமாக
அபூர்வமான ஒயின் குடுவைகள்
வைக்கப்பட்ட மேஜைகளாக
நம் முதுகுகளைப் பாவித்து
மெதுவாக
மிக மெதுவாகக் குனிவோம்

ஆம்
நம் காதலை
இன்னும் சில ஆண்டுகள் கழித்து
நாம் உருட்டிவிட்டால் போதும்

உன் கோடை உடல்

வைரம் பாய்ந்த உனதுடல்
பழைய வானின் கொடையுடல்
அதிலிருந்து மழை மட்டுமல்ல
சில சமயம் குட்டித் தவளைகளும்
எப்போதாவது தேன் சிட்டுகளும்
சொரிவதுண்டு
என் மேல் தத்தி என்னிலிருந்து உறிஞ்சி
ஒரே தாவாகத் தாவுகின்றன செங்குத்தாக
ஒரு சிறகடிப்பில் மேலே அடைந்துவிடுகின்றன
அப்போது என் விழிகளின் மேல்
பாறாங்கற்கள் வைக்கப்பட்டுவிடுகின்றன
எனக்குள் திரும்புகிறேன்
முடிவற்ற காட்சிகளற்ற பாதை
உன் அருளில் தழைத்திருந்தேன்
மீண்டும் என் உடலைக்
காய்ந்த கொடிகள் சுற்றுகின்றன
நாவு வறண்டு சுருண்டிருக்கிறது
மணல் களவாடப்பட்ட ஆற்றைப் போல்
என் பேச்சு களவாடப்பட்டுவிட்டது
என் தொடைச் சதைக்காக
ஒரு நினைவும் ஒரு வைராக்கியமும்
வெவ்வேறு சந்துகளிலிருந்து வெளிவந்த
நாய்களாகத் துரத்துகின்றன

ஸ்ரீவள்ளி கவிதைகள்

பருவம் காலம்

குளிர் மோசமாக இருந்தது
பல குஞ்சுப்பறவைகள் செத்துப் போயின
வேனிலோ சூடுபிடிக்கவில்லை
சாம்பல் மாறவில்லை வானத்தில்
என்னோடு ஊஞ்சலாட யாருமில்லை
தெருவில் காணும் முகத்தில் சிரிப்பில்லை
எனக்கு எதிர்வீடு மக்னோலியா மரம்
ரத்தச் சோகையாகச் சில பூக்களைப் பூத்திருக்கிறது
அதனிடம்
என் முன்னோர்கள்
கடல்கொண்ட தென்மதுரையில் வாழ்ந்தார்கள்
பஃறுளி ஆற்றங்கரையில் புதைக்கப்பட்டார்கள்
ஊர் நடுவே வேப்பமரத்தில் எப்போதும்
நூறு கிளிகள் அமர்ந்திருக்கும்
அந்த மரம் மூத்தது
உன்னைவிடத் தாட்டியானதென
தெரிந்த தெரியாத
எதையெதையோ கூறிச்
சமாதானப்படுத்தினேன்

இறுதிக் கூற்று

கோடைக்காலத்தில் மழை ஒலிப்பதைப் போலக்
குளிர்காலத்தில் ஒலிப்பதில்லை
கண்களை மூடிக்கொள்ளும்போது காணும் திசை
திறந்து பார்க்கும்போது இருப்பதில்லை
அந்தியின் தொடுவானம்
எந்தச் சமிக்ஞையையும் தருவதில்லை
ஒவ்வொரு நாளும்
சிதிலத்தில் அடுத்த அடியை
எடுத்துவைக்கும்போது
விரல்கள் நடுங்காமல்
ஒவ்வொரு இதழாக
ஒரு மலரை அபிநயிப்பதன்றி
என்னிடமிருந்து
மற்றமையைக்
காப்பாற்றுவதும்தான் எப்படி?

சாயல்

ஒவ்வொரு பகலிலும்
நான் கணினியின் ஹார்ட் டிஸ்குக்குள்
வெட்டிவேலைகளோடு அலைகிறேன்
ஒவ்வொரு இரவிலும்
இதாலோ கால்வினோவின்
ஒரு கதைக்குள்
கதவைச் சாத்திக்கொண்டு
கண்ணயர்கிறேன்
கடலை வெறித்தபடி
அழுதுகொண்டிருக்கும்
ஒரு நடுவயதுப் பெண்ணைத் தேற்ற
கடலுக்குள் நீந்தி
இறாலையும் நண்டையும் அக்டோபஸையும்
கொண்டுவந்து காட்டும்
குட்டிப் பையன்
என்னைத் தேற்றுகிறான்
ஒரு தரம் அவன்
கடலில் முங்கி எழுந்து
தலையை நீட்டியபோது
உன்னைப் போலவே
கண்களால் சிரித்தான்

பற்கள்

அவன் மடியில் அவள் அமர்ந்திருந்தாள்
வாரப்படாத தலைமுடி
கண்ணோரத்தில் சிறு சுருக்கங்கள்
உலகத்தில் நடப்பவை
பார்க்கும் மாதிரியாக இல்லை
கசப்பின் தடங்கள்
அவன் கண் மூடியிருக்கிறான்
கைகள் அவள் இடுப்பைச் சுற்றி
அவளைப் பத்திரப்படுத்தி
உணர்வுக் கொதிநிலையில்
திரவமாக அவள் ஓடிவிடுவதைத் தடுக்க

அவள் தன் விரல்களால்
அவன் உதடுகளை விலக்குகிறாள்
வாயைத் திறக்க மறுக்கிறான்
அணில்கள் உதடுகளின் மீது ஓடுகின்றன
குறுகுறுத்துத் திறக்கின்றன
தன் சுண்டு விரலால்
சில பற்களைத் தொட்டுப் பார்க்கிறாள்
அவன் சிரிக்கிறான்

எழுந்திருக்கிறாள்
ஒரு ஸ்பூனில் எதையோ கொண்டுவருகிறாள்
தன் நாக்கில் எடுத்துக்கொள்கிறாள்
நாக்கின் நுனி
சில பற்களின் மீது
நிதானமாக ஓவியம் வரைகிறது
நொதித்த மீன் எண்ணெய்

● ஸ்ரீவள்ளி கவிதைகள்

அகம் மலர்ந்து பூக்கும்
இளவேனிலின் தேனாகிறது

காதலில்
பற்களும் உச்சம் அடையும் நாட்களில்
உன் கழுத்தை நெரிக்கும்
பல்லாயிரம் கைகளை
உலகம்
கொஞ்சம்
தளர்த்திக்கொள்கிறது

பாதையாக இருத்தல்

எந்தப் பாதையாவது
வழிப்போக்கனிடம் அடம்பிடிக்கிறதா
உன்னோடு வருவேன் என்று
எந்தப் பாதையாவது
வழிப்போக்கன் கடந்துவிட்டபோது
வருந்தித் தன்னை
மூடித்தான் கொள்கிறதா
எந்தப் பாதையாவது
வழிப்போக்கனின் பையில்
தன் பூமர நிழல்களை
அள்ளித் திணிக்கிறதா
அல்லது அவனிடம்
தன் நீள அகலத்தின்
தர்மத்தைத்தான்
பறைசாற்றுகிறதா
காதலில் இருப்பதென்பது
பாதையாக இருப்பது

இடைவெளி

என்னவாக இருக்கிறாய் நான் இல்லாதபோது
உன் கண்ணோரம் எத்தனை விதவைச் சிலந்திகள்
கூடு கட்டின இது தண்காலை எந்தப் பழைய
புதிய கோபங்களும் பெருந்தன்மை மிக்க
டிசம்பரின் கொள்ளளவுக்கு முன் ஒன்றுமேயில்லை
இப்போது நான் வசிக்கும் தெருவில் யாமத்தில்
யட்சிகள் ஊர்வலம் வருகின்றனர் அவர்கள்
இசைக்கும்போது உன்னிடம் பேச ஐந்தடுக்கு
வார்த்தைகள் உருவாகின்றன அடுத்த முறை
உன்னைப் பார்க்கும்போது என் குதூகலத்தை
எங்கே ஒளித்து வைத்தாய் எனக் கேட்கவே
மாட்டேன் இங்கே நானும் ஈரல்களும் நலம் நீ
விசாரிக்காவிட்டாலும் என் காலைக்குப் பின் மதியம்
பின் இரவு எல்லாம் தவறாமல் வந்து போகின்றன
என் மனம் இப்போதெல்லாம் பதறுவதே இல்லை
ஒரு ரத்தத் துளிக்கும் இன்னொன்றுக்கும் இடையே
சிறுபொழுது பெரும்பொழுதாக நீண்டுவிட்டிருக்கிறது
ஆரோக்கிய முன்னேற்றம் உன் வீட்டின்முன்
காத்துக்கொண்டிருந்த அந்த நட்சத்திரங்களை
எல்லாம் என்ன செய்தாய் சாந்தோம் கடற்கரை
உன்னைப் பற்றி வருவோர் போவோரிடம்
வம்பளக்கிறது கொல்லைப்புறக் கடலை என்ன
செய்யலாம் சொல் கண்டம் தாண்டிப் பனிப்
பாலைவனத்துக்கு மறுபடியும் போய்ச் சேர்ந்து
துருவக் கரடிகளோடு நான் தன்னந்தனியாக
நடனமாடும்முன்

இது சொற்ப ஒளிக்கணம்

நம்பிக்கை

அவள் ஜன்னலைச் சாத்தினாள்
உலகம் வீட்டுக்குள் வந்தது
கண்ணை மூடிக்கொண்டாள்
உலகம் கண்ணுக்குள் வந்தது

உலகம் கண்ணுக்குள் வரும்போது
எங்கேயோ இருப்பவர்கள்
இங்கேதான் இருக்கிறார்கள்

ஸ்ரீவள்ளி கவிதைகள்

மீட்சி

இருவருக்கும் தெரிந்த மொழியில்
ஒருவர் பேசும்போதும்
மற்றவருக்குப் புரியாத
மொழிகள் உண்டு
அப்படி ஒரு மொழியில்
நெருங்கி அமர்ந்திருந்த
அவர்கள் பேசிக்கொண்டார்கள்
செடி என்றாள் அவள்
வெடி எனப் புரிந்துகொண்டான் அவன்
முத்து என்றான் அவன்
முன்பு எனப் புரிந்துகொண்டாள் அவள்
பேச்சு புரியாததால்
கண்கள் விலகின
ஒரு செம்பருத்திப் பூவை அவள் கண்டபோது
ஆம்புலன்ஸ் விளக்கை அவன் கண்டான்
நெருங்கி அமர்ந்திருந்தவர்களின்
கண்கள் விலகியதால்
சண்டையிடத் தொடங்கினார்கள்

ஒருநாள் அவன் அவள் கையிலிருந்த
தன் கையை எடுத்துக்கொண்டான்
பின்னர் முழங்காலைக் கட்டி
தலையைப் புதைத்துக்கொண்டான்
நிலத்தில் புதையப்போகும் ஒரு சிற்பத்தைப் போல
சிற்பத்தைப் பார்க்க வந்த பெண்ணைப் போல
அவள் அவனைப் பார்த்தபடி நிற்கிறாள்

சில சமயம் அவள் மேலே பார்க்கிறாள்
எப்போதோ

வட்டமிட்டு
அவன் தலை மேல் வந்தமரப்போகும்
ஓர் ஒளிச் சிட்டுக்காக
அப்போது அவன் தலையசைப்பான்
முகம் தூக்குவான்
அவள் கையைத் தர
மீண்டும் பற்றிக்கொள்வான்

அவள் சுண்டுவிரல்
அவன் சுண்டுவிரலைத் தொடும்போது
ஒருவேளை
மழை பெய்யும்
அர்த்தங்களைத் துலக்கும்
ஆமாம் என அவள் சொல்லும்போது
ஆமாம் என அவனும் சொல்வான்

ஸ்ரீவள்ளி கவிதைகள்

கவிதை வாழ்க்கை

சன்னமாக ஒரு கவிதையை எழுதுவேன்
முட்டையிலிருந்து வெளியே வந்த
பறவைக்குஞ்சின் முதல் கேவலைப் போல

நொறுங்குகிற ஒரு கவிதையை எழுதுவேன்
கையில் விழுகிறபோதே
சிதறும் பனிச் சீவலைப் போல

சன்னமான நொறுங்குகிற
ஒரு கவிதையை எடுத்துக்கொண்டு
கடவுளைப் பார்க்கப் போவேன்
அங்கே தராசில்
என் கவிதையை ஒரு தட்டிலும்
என் நியாயத்தை இன்னொரு தட்டிலும்
வைத்து அளக்கச் சொல்வேன்
நியாயத்தின் தட்டு கீழே இறங்கினால்
மொழியற்றவர்களுடைய
சொர்க்கத்துக்குப் போவேன்
கவிதையின் தட்டு கீழே இறங்கினால்
சரியற்றவர்களுடைய
நரகத்துக்குப் போவேன்
ஒரு எறும்பைப் போல ஊர்ந்து
முண்டியடிக்காத
எறும்பு வரிசையில்

இப்போது நல்லபடியாக உணர்கிறேன்

சுரிகைகளும் ஈட்டிகளும்
நெருக்கமாகப் பதிக்கப்பட்ட
இருண்ட சுரங்கப் பாதைக்குள்
இரவில் கண் தெரியாத பறவையாகச்
செலுத்துகிறாய் என்னை
காற்றற்ற மொட்டை மாடியில் அமர்ந்து
தூரத்து நியான் போர்ட்களை
எண்ணிக் கொண்டிருந்தேன்
இப்போதோ
நல்லபடியாக உணர்கிறேன்
என் இறைச்சியைக்
கணக்கில்லாச் சின்னப் பூச்சிகள்
மொய்க்கும்போது
ஒரு அர்த்தமும் ஒரு நிரூபணமும்
உயிருக்குக் கிட்டிவிடுகின்றன

● ஸ்ரீவள்ளி கவிதைகள்

கேள்விகள்

காதலுக்குள் இருக்கும்போது எதனால் என்ற கேள்வி
வெளியே இருக்கும்போது எப்படி என்ற கேள்வி
எப்போதும் தெரிந்ததுமில்லை
கொக்கியால் கிணற்றுக்குள் இழுத்துப் போட்டு
மூடிவிடும் ஒரு கேள்வியைக்
கேட்காதிருக்க

சற்றும் உதவாதவை இக்கேள்விகள்
ஒருவர் கரங்களுக்குள் இன்னொருவர் இறக்கும்
ஒருவர் தள்ளிவிட இன்னொருவர் மூழ்கும்
எதிர்பாராத தருணங்களில்
இவற்றில் எதைக் கேட்பது

இந்தக் கேள்விகளை மறக்க விரும்புகிறேன்
அல்லது வேறு கேள்விகளைக் கேட்க நினைக்கிறேன்

எந்தக் காட்டுக்குள் நிச்சயமாகத் தொலைந்துவிட
முடியும்
கருந்துளை முழுங்கிய பிரபஞ்சங்கள் எத்தனை
அல்லது
ஒரு இறகைப் போல மறதியைப் பயில்வது எப்படி

ஸ்ரீ வள்ளி கவிதைகள்

சிக்னல்

அவர்கள் பேசிக்கொள்ளவில்லை
கண்கள் பார்த்துக்கொள்ளவில்லை
நிமிடத்தில்
நின்றவாக்கில் பரிமாற்றம் முடிந்தது
சோகைச் சிரிப்பை
அவள் சிரித்தாள்
ஒரு வாகனம் அவர்களைக் கடந்தது
அவன் போய்விட்டிருந்தான்
சோகைச் சிரிப்பை
அவள் சிரித்தாள்
ஒரு வாகனம் அவளைக் கடந்தது
யாரோ சிலர் கத்தினார்கள்
என் ஊபர் வேகமெடுத்திருந்தது

பொல்லாத மௌனங்கள்

இரு மைனாக்குருவிகள்
எதிரும்புதிருமாய்
சத்தமில்லாமல்
உட்கார்ந்திருக்கின்றன
சற்று முன்
அவை சண்டையிட்டிருந்தால்
நீயும் நானுமாக இருந்தோம்
சற்று முன்
அவை சண்டையிட்டிருந்தால்
அப்படித்தான் நம்மை
நினைக்கப்போகின்றன

உறவாடல்

1.

உள்ளே வருகிறாய்
ஆடைகளற்ற சன்னிதிக்குள்
ஒரு கையில் பறவை
இன்னொரு கையில்
அதன் கூரிய அலகின் நிழல்
எனக்கென்ன வேண்டும் என நீயும்
உனக்கென்ன வேண்டும் என நானும்
ஒரே சமயத்தில் கேட்டால் எப்படி?

2.

ஒரு வயலினின் மடியில்
அதைப் போலிருக்கும்
இன்னொன்று

வானம் திறக்க
சிரிக்கும் ஆண் கடவுளை முத்தமிடச்
செங்குத்தாக விரைகிறது
ஆண் பறவை

3.

அவனும் அவளும்
பேசிக்கொண்டிருக்கிறார்கள்
அவள் மனதின் பரணில்
கிடக்கும் இருவரும்
அவன் மனதின் கட்டிலில்
கிடக்கும் மூவரும்
மணிக்கணக்காக
எழுவரைத் தழுவுகிறார்கள்

ஸ்ரீவள்ளி கவிதைகள்

அந்திக் கடற்கரை

வெளிர் சாம்பல் ஒரு கோட்டுக்குமேல்
பொன்னிறமாகிறது
வெறுமை ஒரு சோதனைக்குப் பின்
நம்பிக்கையாகிறது

கடல் நாரைகள்
ஒரு மென்பெயரின்
ஆங்கில முதலெழுத்தாகப்
பறந்து செல்கின்றன

வானம் குறிசொல்கிறது
இரு கைகளையும் விரித்துவிட்டவர்களுக்கு

உன் கண்ணை என்னிடமிருந்து அகற்றிக்கொள்

செடிகளும் கொடிகளும் தூங்கப்போய்விட்டன
உன் கரங்களின் அணைப்பிலிருந்து
விடைபெறுகிறேன்
வழிகாட்டும் நீல நட்சத்திரங்கள்
புதைந்துபோய்விட்டன
என் கால்கள் இயக்கத்தை
மறந்துவிட்டன
ஊர்ந்து செல்கிறேன் நகரத்துக்கு
அங்கே
குப்பை மலைகளிலிருந்து
பிய்த்துத் தின்ன
வெளிச்சம் இறங்கி வருகிறது பகலில்
அங்கே
இராட்சதச் சிலந்தியாக மாறும்
இரவின் வளைந்த கைகளுக்குள்
இருக்குமிடம் தெரியாமல்
படுத்திருப்பேன்

ஸ்ரீவள்ளி கவிதைகள்

ஏனோ

பலரும் என்னிடம்
கவிதை போதும் என்கிறார்கள்
நாவல் எழுது என்கிறார்கள்
பலரும் என்
நலத்தைக் கேட்டுச் சந்தேகிக்கிறார்கள்
தினம் நடக்கச் சொல்கிறார்கள்
யோகா செய்யச் சொல்கிறார்கள்

எதற்கு நீண்ட நாள் வாழ வேண்டும்?
மேலும் எப்படிச் சொல்வதெனத் தெரியவில்லை
கவிதை எளிமையானது என்பவர்கள்
என்னை அச்சுறுத்துகிறார்கள்
அவர்கள் கண்களை ஈக்களாகக்
காண்பவர்களாக இருக்கிறார்கள்
சமுத்திரத்தில்
மீனைப் போலிருக்கிறேன்
நூற்றாண்டுகளாகியும்
செல்லாத பவளப்பாறைகள் இங்குண்டு
சில தூண்டில்களிடமிருந்து
தப்பித்திருக்கிறேன்
கரையில் நிற்பவர்களின்
கைகளில் ஏறி வர
ஒரு காரணத்தைச் சொல்லுங்கள்

● ஸ்ரீ வள்ளி கவிதைகள்

ரோஜா
இருபது கவிதைகள்

ரோஜா I

ஒரு குதிரையை அடக்குவதுபோல்
ரோஜாவை அடக்க இயலாது
அது துள்ளப்போவதில்லை
குப்புறத் தள்ளப்போவதில்லை
என்பதால்
அத்தகைய அடக்குதல்
சாத்தியப்படப்போவதில்லை

அதன் அருகே இருத்தல்
அதன் இதழ்களால் கண்டுணரப்படுதல்
அதன் மூச்சைச் செவியுறும்போது
நடுங்காமல் அதை உள்வாங்குதல்
ரோஜாவால் ஒருவர் ஏற்கப்படும்போது
ரோஜா அவரால் அடக்கப்படுகிறது
அதன் பின்
அதன் ரத்தம் அவர் ரத்தமாகிறது
உன்மத்தத்திலிருந்து அவர் விடுவிக்கப்படுகிறார்
தன்னை அடக்கும் ஒருவரை
வாழ்நாள் முழுக்கப் பாதுகாக்கிறது ரோஜா

ரோஜா 2

ஒவ்வொரு ரோஜாவும்
மற்ற ரோஜாக்களோடு இருக்கும்போதும்
தனித்தனியாக இருக்கின்றன
ஒவ்வொரு ரோஜாவும்
காற்றில் சம்மணமிட்டு
முள்ளை ஏந்தி
உலகத்தை ஆள்கின்றன
உலகத்தைத் தம்மிடையே
பாகம்போட்டுக்கொள்ளாமல்
அதனால் சச்சரவில்லாமல்
அதனால்
ஒரு ரோஜாவின் வாசனைக்குள் நுழைந்து
இன்னொன்றின் வாசனை வழியாக
வெளியேறப் பார்ப்பது
நடக்காத காரியம்

ஸ்ரீவள்ளி கவிதைகள்

ரோஜா 3

ரோஜாவின் வாசனை
வாசனையின் நினைவு
இரண்டுக்குமிடையே
சிலரை நிழல்கள் காண்கின்றன
சிலருக்கோ மூச்சு முட்டுகிறது

ரோஜாவின் வாசனை
வாசனையின் நினைவு
இரண்டுக்குமிடையே
நீண்ட தொலைவு
அதைக் கடக்க
சில பிறவிகளாவது தேவைப்படுகின்றன

ரோஜா 4

ரோஜாவுக்குள் ஒரு சுழற் படிக்கட்டு உள்ளது
நேரத்திலிருந்து விடுபட்டவர்கள்
இறங்கிச் செல்கிறார்கள் அதில்
அதோ ஒருத்தி
தன் குடையை அசைக்கிறாள்
அதோ அவளை நோக்கி
ஒருவன் படியில் கால் வைக்கிறான்
அவசரமில்லாத காதலனுக்காகப்
படிக்கட்டை நீவி
சமச்சீராக
மாற்றுகிறதொரு கரம்

ஸ்ரீவள்ளி கவிதைகள்

ரோஜா 5

தொட முயலும் போதெல்லாம்
அது முள்ளில் ஒளிந்துகொள்கிறது
தள்ளி நிற்கும்போதோ
முறுவல் பூக்கிறது
தோல்வியை
ஒப்புக்கொள்ளுவதே
கண்ணாமூச்சி ஆட்டத்தின்
துவக்க விதி

ரோஜா 6

பெயரைச் சொல்லாமல்
மலருக்கு அறிமுகமாவது எப்படி
மௌனத்துக்கு மதிப்பில்லாதபோது
பெயரைச் சொல்லாதிருப்பதும் எப்படி
செடியில் ஒரு மலர் உணர்வாக இருக்கிறது
இன்னொன்று வழியாக இருக்கிறது
மற்றொன்று வருவோர் போவோரிடம்
கையசைக்கிறது
ஒன்றைப் போல் இன்னொன்றில்லை
ஒரு சமயம் போல் பிறிதில்லை
பெயரிலிருந்து வாசனைக்கு நகர்கிற வழியில்
இனிப்பின் ஊற்று கண்ணில் தென்படுகிறது
மேகத்தோடு மேகமாய் முகமொன்று தெரிகிறது
செடிகள் பேசத் தொடங்குகின்றன

ரோஜா 7

செடியில் இல்லை
பூத்திருப்பதில் இல்லை
பருவத்தில் இல்லை
அகன்றுபோன கண்ணில்
சாயம்போன நிறத்தின்
விளிம்புக்குள்ளிருந்து
கைதூக்கிவிடக் கேட்கும்
ஓர் உறுதிமொழி

ரோஜா 8

ரோஜாவின் அருகே
ஆயுள் முழுதும் அமர்ந்திருந்தாலும்
தன் கதையை அது சொல்லப்போவதில்லை
அற்ப அறிவியல் பாடத்தைத் தாண்டி
அதை அறிபவர்களுமில்லை
அதைக் கொய்து சூடிக்கொண்ட
மன்னர்களைப் பற்றி
ஆயிரமாயிரம் காவியங்கள்
அவற்றில்
ஒரு பாடலில் மட்டும்
இலேசாக முனகுகிறது
'அது அப்படியல்ல'

ஸ்ரீவள்ளி கவிதைகள்

ரோஜா 9

பூவைப் பற்றி எழுதும்போது
ஒரு நிலத்தைப் பற்றி எழுதுகிறேன்
ஒரு மனத்தைப் பற்றி எழுதுகிறேன்
ஓங்கி வளர்ந்த பாம்புப் புற்றுகள்
கண்களைக் கவ்வுகின்றன
ஒரு பூவின் அசைவோ
விடுவித்துவிடுகிறது

ரோஜா 10

இறந்தகாலத்தின் அங்கி
ரோஜாக்களால் நெய்யப்பட்டிருக்கிறது
அவற்றின் வாசனைகளில்
திக்குமுக்காடுகிறோம்
பூக்களே இல்லாதது நிகழ்காலம்
இறந்த காலத்தின் நிகழ்காலமும்
அப்படித்தான் இருந்தது

ஸ்ரீவள்ளி கவிதைகள்

ரோஜா II

போலச் செய்யப்படுகிற கவிதைகளைப் போல்
போலச் செய்யப்படுகிற அன்புகளைப் போல்
போலச் செய்யப்படுகிற ரோஜாக்கள் உண்டு
போலச் செய்யப்படுகிற கவிதைகளை
போலச் செய்யப்படுகிற அன்புகளை
போலச் செய்யப்படுகிற ரோஜாக்களை
கண்டுபிடிக்க வழி?
உண்மையில் வழி ஏதுமில்லை
ஆனால் இடையறாது முட்டிமோதுகிறாய்
உன் தலையின் மொத்த ரத்தமும் வடிந்துவிட்டது
பின் எங்கோ
பல வானங்களுக்கு அப்பால்
ஒரு தாழ்ப்பாள் சற்று அசைகிறது
ஆனால்
போலச் செய்யப்படுகிற ரோஜாக்களை
ஏன் கண்டுபிடிக்க வேண்டும்?

ரோஜா 12

சில முட்கள் இரவில்
தூண்களாக வளர்கின்றன
அவற்றில் மனிதர்கள்
முட்டி மோதுகிறார்கள்
சாகிறார்கள்
பிணங்களை ரோஜாக்கள்
தின்றுவிடுகின்றன
இந்த ரோஜாக்களைக்
கண்டு அஞ்சாதவர்களே
கற்கிறார்கள்
பகலின் மனோரதத்தில்
அதன் பின் அவர்கள்
ஏறுவதில்லை

ரோஜா 13

ஒவ்வொரு இதழும் ஓர் உள்ளங்கை
ஒவ்வொரு உள்ளங்கையிலும் ஓருலகம்
ஒவ்வொரு உலகத்திலும் ஒவ்வொருவரும்
ஒரு சமயத்தில் தங்கியிருக்கிறோம்
அதனால்தான்
மனனம் செய்திருந்த ஒரு பெயரை
ஒருவர் மறதிக்குத் தந்தாலும்
ஒரு ரோஜாத்தோட்டமே
உதிர்ந்துவிடுகிறது

ரோஜா 14

ரோஜாவை எப்படி அழைத்தால் என்ன
என்பதெல்லாம் புரட்டுக் கூற்று
தமிழில் அழைக்கும்போதுதான்
என் ரோஜா திரும்பிப் பார்க்கிறது
தமிழில் அழைக்கும்போது
திரும்பிப் பார்க்கும் ரோஜாவுக்கு
ஓராயிரம் கண்கள்

ரோஜா 15

மேஜை இழுப்பறையில்
ஓர் இதழ்
கண் விழித்துக் காத்திருக்கிறது
அதன்
ஒரு நேற்றில் ஒரு நிஜத்தில்
மெதுவாக மிக மெதுவாக
ஒவ்வொன்றாகப்
பிய்த்துப் போடுகிறாள்
பருக்கள் நிரம்பிய
முகமுடைய பெண் ஒருத்தி
யாருமற்ற நாற்காலிக்கு
எதிரே
சாவு அப்போது
வேறெங்கோ
அமர்ந்திருந்திருக்க வேண்டும்

ரோஜா 16

ஓரடியில் ஒருத்திக்குத்
தொங்கும் தோட்டம் உண்டு
அதில் ஒரு ரோஜா உண்டு
அதன் தலைக்கு மேல் வருகிறது நிலவு
பௌர்ணமியன்று மட்டும்
ரோஜாவோடு பேசுகிறது
மாதத்தில் ஒரு நாள்
முகத்தைக் கவிழ்த்து
மௌனமாய் அமர்ந்திருக்கிறது
ஒருநாளும் அது ரோஜாவை
வந்து காணத் தவறாது
அவள் நிலவின் அவள் என்பதால்
ஓரடித் தோட்டத்தில்
ரோஜாவின் அவள் என்பதால்
உலகம் கைவிட்டாலும்
ஓரடித் தோட்டம் கைவிடுவதில்லை
ஏனெனில் அது மனதில் இருக்கிறது
அதில் செந்நிற வாக்காக ரோஜா பூக்கிறது
தொங்கும் தோட்டத்துக்கு அடியில்
ஊர்ந்துகொண்டிருக்கும்
கோடிக் கோடி உலகங்களில்
கைவிட்ட உலகம்
ஒரு ஓரத்தில் ஊர்கிறது

ஸ்ரீவள்ளி கவிதைகள்

ரோஜா 17

இதழில்
காணும் கண்கள் காட்சியோடு காணப்படுகின்றன
செவிகள் சப்தத்தோடு கொள்ளப்படுகின்றன
ருசியோடு நாக்குநுனி ருசிக்கப்படுகிறது
நுகர்வன ஒரே மூச்சில் நுகரப்படுகின்றன
ஸ்பரிசிப்பன சேர்த்து ஸ்பரிசிக்கப்படுகின்றன

இதழ்
மிளிர்ந்து உதிர்வதற்குள்
சில பிரபஞ்சங்களின் ஆயுள் முடிந்துவிடுகிறது
காலம் எழுதும் சமன்பாட்டில்
இதழுக்கு இணைவைக்கத்
தேடியபடி இருக்கிறது

இதழின் நிகழ்கணம்
சுடராக காற்றாக
அகத்தில் அத்தனை தயையோடு
புறத்தில் அத்தனை எதிர்பாராததாக

ரோஜா 18

நாற்சந்தியில்
ஒரு கடை வாசலில்
அழுக்கு வாளியில் முக்கி
ரோஜாக்களை கழுவுகிறான் ஒருவன்
பாத்திரங்களைப் போல

ஒரு ரோஜா அவனை உற்றுப் பார்க்கிறது
அதனால் நம்ப முடியவில்லை

ஸ்ரீவள்ளி கவிதைகள்

ரோஜா 19

இருப்பே
அதன் மறுமொழி
கேட்காதபோதும்

கேட்காதபோதும்
இருப்பையே
மறுமொழியாகத் தருபவர்கள்
உங்கள் பார்வைக்கு
அகப்படாதபோதெல்லாம்
ஒரு செடியில் பூத்துக் குலுங்குகிறார்கள்
அல்லது
ஒரு பாதத்தோடு அளவளாவுகிறார்கள்

ரோஜா 20

குறியீடாக இல்லாத தருணங்களின்
ரோஜாவைக் குறித்தே எழுதுகிறேன்
அது புரிபடுவதேயில்லை
அதன் இதழ்நுனியையும்
பார்க்க முடிவதில்லை
வேகமான காற்று
பின்னணிக் காட்சிகளின் அலைக்கழிப்பு
ஓராயிரம் சிதறிக் கிடக்கிறேன்
இதழ்நுனியைப் பார்க்க
ஒன்றினும் குறைவாக
ஆக வேண்டும்
ஆம், ரோஜாவைக் குறித்தும் எழுதுகிறேன்

● ஸ்ரீ வள்ளி கவிதைகள்

திருவிருந்து

ஸ்ரீ வள்ளி கவிதைகள்

எப்போதும் ஒருவரது முடிவாக இருக்கிறது பிரிவு

இருவரில் ஒருவர் தீர்மானிக்கிறார்
பாலத்தில் தீ வைத்துவிடுகிறார்
ஒரு நிமிடத்தில்
தீ வானைத் தொட்டுவிட
இடையில் ஓடும் சிறிய வாய்க்கால்
ஆறாகி கடலாகிவிடுகிறது
தனித்துவிடப்பட்ட கரைகள்
ஒரு நிமிடத்தில்
வெவ்வேறு நிலங்களாகிவிடுகின்றன
அவற்றில் வசிக்கும் ஆட்கள்
அவர்கள் முன்பிருந்தவர்கள் இல்லை
வெவ்வேறு மொழிகளைப்
பேசத் தொடங்குகிறார்கள்
முற்றிலும் தொடர்பற்ற மொழிகள்
குற்றத்தின் தழும்பைப்
புராணமாகப் பாடப் போகிறவை
ஒரு நிமிடத்தில்
ஒருவரது முடிவு
இருவரை அனாதையாக்கிவிடுகிறது

திருவிருந்து

விரல்கள் என நாம் நினைப்பவை நிஜத்தில்
கோரைக் கிழங்குகள்
கைகள் எனத் தரப்பட்டிருப்பவை நிஜத்தில்
காட்டுக் காளான்கள்
பயனில்லை அவற்றால்
நேசிப்பவரைத் தொடும்போது
இருப்பின் சிவப்பு மொத்தமும்
விரல்களாகித் தொட வேண்டும்
துடிக்கும் மூளைப் பிசுபிசுப்பைக்
கைகளாகக் குழைத்து அணைக்க வேண்டும்
காதலின் பரிசுத்த ஆராதனையில்
ஒயின் ஒயின் மாத்திரம்தான்
ஒன்றுக்குப் பதிலீடாக இன்னொன்றை
ஏற்காத உண்மையின் நற்கருணை
நிகழ்த்தப்படும்போது
தன்னைத் தின்னத் தருவதே திருவிருந்து

சிலவற்றைச் சரி செய்ய முடியாது

திடீரென
ஒரு நாள்
சூரியனும் சந்திரனும் நட்சத்திரங்களும்
மறைந்துவிடுகின்றன
அப்படியொரு நாளுக்குப்பின்
மீண்டும் சூரியன் முளைக்கிறது
சந்திரன் முளைக்கிறது
நட்சத்திரங்கள் பல்லைக் காட்டுகின்றன
ஆனால் இது பழகிய வானமல்ல
தலைக்கு மேல் பெரிய படுதா
இதன் அடியில்
ஒரு மரத்தில்
தூக்குமாட்டிக்கொள்ளக்கூட
முடியாது

ஸ்ரீவள்ளி கவிதைகள்

கொடுக்கப்படாதவை

முதன் முறை தட்டும்போது
திறக்காத கதவை
இரண்டாம் முறை தட்ட வேண்டாம்
முதன் முறை தட்டும் போது
உள்ளே இருந்தவர்
இரண்டாம் முறை தட்டும்போது
உள்ளே இருப்பதில்லை
முதன் முறை தட்டும்போது
திறக்கப்படும் கதவு
தாளிடப்படவே இல்லை
உனக்குத் தெரியும்

கரும்புச் சந்தை

மாலை வருவதற்கு முன்பே
இரவு வந்துவிடுகிறது
இரவு வளர்வதற்கு முன்பே
நள்ளிரவாகிவிடுகிறது
நள்ளிரவு பெரிய கல்யானையாக
அசையாமல் உட்கார்ந்திருக்கிறது
கரும்புத் துண்டமாக என்னை
மென்று கடித்துத் தின்கிறது
மாலை வருவதற்கு முன்பே
இரவு வராவிட்டால்
இரவு வளர்வதற்கு முன்பே
நள்ளிரவாகாவிட்டால்
நள்ளிரவு என் முன்னால்
பெரிய கல்யானையாக உட்கார்ந்திராவிட்டால்
முழுக் கரும்பாக நான்
சந்தைக்குப் போவேன்
ஒரே ஒரு கரும்பு
தன்னைத் தானே விற்கும்
ஒரே ஒருவனுக்கான சந்தையில்
எத்தனை நேரம்
பேரம் பேசுவாய்?

ஒரு நாள் மொத்த வசந்தத்தையும் ஒரு ஊஞ்சலையும் கொண்டுவரும்போது

எறும்பு ஒன்று
ஒரு கிடங்கு சர்க்கரை மூட்டைகளைக்
கொண்டுவருவது மாதிரி
அது சர்க்கரை மூட்டையின் மேல் நின்று
அறிவிக்கிறது
"எல்லா ஆசிகளும் தரப்பட்டுவிட்டன"
மனதின் வடக்கு தெற்குக் கண்டங்களில்
சாந்தமுற்ற பீடபூமிகளில்
உதவாக்கரை தீவுகளில்
பத்து தலைப் பாம்பு நடமாடும் பாலைகளில்
ஒரேயடியாக
வசந்தம் அருள்பாலிக்கிறது
ஒரு ஊஞ்சல் வானத்திலிருந்து
இறக்கிவிடப்படுகிறது
அதன் கயிறுகளைக் கண்டுகொள்ளாதவரை
என்ற புள்ளி வரை
தரப்பட்டிருக்கிறது இந்த நாளின் ஆயுள்

ஸ்ரீ வள்ளி கவிதைகள்

தன்னோடிருத்தல்

தன்னந்தனிமையில்
ஒரு வீணை அதிர்ந்தது
தந்திகளின்றி
இசைத்துணுக்குகள்
கூரையை அடைந்து தொங்கின
அறை தோட்டமாகியது
ஒன்று புரிந்தது
என்னோடு நான் இருக்கும்போது
முன்னெப்போதையும்விட
நீ என்னோடிருக்கிறாய்
இசைக்கப்படாதிருக்கும்போது
இசையோடிருக்கிறது சப்தம்
இருத்தல் இழைதலாகும்போது
சாவு தள்ளி நிற்கிறது

ஸ்ரீவள்ளி கவிதைகள்

முன்னொரு இரவில்

உடல்கள் ஒளிர்ந்தன
புவியீர்ப்பு விசையிலிருந்து
விடுபட்டுச் சுழன்ற உடல்கள்
இரு ஜோடி ஒளிர் கால்கள்
கால்களைப் பின்னின கொடிகளாக
இரு ஜோடி ஒளிர் கைகள்
முகங்களை ஏந்திக் காற்றில் அலைந்தன
நானாகவும் இன்னொருத்தியாகவும்
அவனோடும் அவனோடும் இருந்தபோது
நாளங்களின் செம்பொன் திரவத்தில்
கடவுளை விட இனிய இருப்பின்
பெயரெழுத்துகள் வரையப்பட்டன
நானாக இன்னொருத்தியாக
அவனோடும் அவனோடும்
ஒருமையான அன்று
மரம் என்றவுடன் மரம் தலையசைத்தது
பறவை என்றவுடன் கூரை மறைந்தது
வாழ்க்கை என்றவுடன்
தந்தேன் என்றது
ஒருமுறை மட்டும்

கோணலாய் நகம் வளர்த்த கவி என்ன கவிதை எழுதுவாள்?

அவள் கோணலாகிவிட்ட
தன் உலகத்தைக்
கண்கொட்டாமல் பார்க்கிறாள்
ஆடிக் காற்றில்
கோணலாக வளர்ந்த
சிறு புல்லாக
தலையை ஆட்டி மறுக்கிறாள்
கோணலான அவள் உலகம்
ரிப்பேராகி நின்றுவிட்டாலும்
கோணலற்ற பிறர் உலகம்
வழக்கத்தைவிட
வேக வேகமாய்ச் சுற்றுகிறது
கோணலாய் நகம் வளர்த்த கவி
கோணலாகிவிட்ட தன் உலகத்தை
கையால் தள்ளுகிறாள்
காலால் உதைக்கிறாள்
கோணலாக்கியவரிடம் மட்டுமே
விசுவாசம் காட்டும் அவள் உலகம்
அதை
பூமிக்குக் கீழே ஏழு பூமிக்கும் கீழே
எப்படிப் புதைப்பாள்?

முடிவு

கேட்க நினைப்பதென்னவோ
ஏன் விலகிப் போகிறாய்?
கேட்டதென்னவோ
அலுவலகக் கூட்டம் முடிந்து விட்டதா?
உனக்கு சௌகரியமான கேள்வியை
நான் கேட்டாலும்
எனக்குத் தேவையான பதிலை
உன்னால் சொல்ல முடிவதில்லை
பேசாமல் நாம்
பிலிப்பைன்ஸில் பொங்கும்
எரிமலையைப் பற்றி
ஏன் பேசக்கூடாது?
எதுவும் நடக்காதது போலப் பேசும்போது
எதுவும் நடந்துவிடாது
என்ற நம்பிக்கை மட்டும் இல்லாவிட்டால்
நான் கேட்டிருப்பேன்
உன் பதிலில்
என் முகம்
நான்கு பக்கச் சுவர்களிலும்
மோதி மோதி
அறையப்படும்போது
நான்கில் ஒரு சுவரில்
என் சந்தேகம்
தலை சாய்ந்திருக்கும்

ஒரு வெதுவெதுப்பான உள்ளங்கை எனக்கான இடம்

அதைத் தவிர
வேறெங்கிருந்தாலும் நான்
இசைக்குப் பொருந்தாத ஸ்வரம்
வனையும்போது உடைபடும் கூடை
மூன்று காலத்துக்குமான
விபத்தின் வடு
அந்த உள்ளங்கை
உன்னுடையதென்றால் மட்டும்
நான் தேன் சிட்டு
என் சிகப்பு மூக்கால்
உன் உள்ளங்கை முழுக்க
குறுகுறுக்க அளப்பேன்

தூங்கிக்கொண்டிருப்பவள் அருகே

நெஞ்சில் காதை வைக்காமலேயே
அது பேசுவது புரிகிறது
அவளது மொத்த உலகம் துடிக்கிறது
நகரத்திலேயே உயரமான
கோபுரத்துக்கு அவளை அழைக்கிறது
ஒளிந்து விளையாடும் வெளிச்சங்கள்
அவள் பெயரைக் கத்துகிறான்
இருவரும் நகைக்கிறார்கள்
ஒருவர் மற்றவரின்
கண்களுக்குள் பார்த்துக்கொள்கிறார்கள்
முந்தைய பிறவிகள் தெரிகின்றன
அவள் கையைப் பற்றுகிறது அவன் கை
ஞாபகச் சங்கில் ஆயிரமாயிரம்
ஆர்ப்பரிக்கின்றன
குலாவியவை காத்திருந்தவை
குலைத்தவை துரோகம் செய்தவை
கண்ணில் நீர் துளிக்கிறது
ஒருவர் தூங்குகையில் இருவர்
நகரத்திலேயே உயரமான
கோபுரத்தில் ஏறுகிறார்கள்
ஒருவர் தூங்குகையில் இருவரில்
ஒருவர் மன்னிக்கப்படுகிறார்

நாற்பது வயதானவர்களின் அகத்தில்

எந்தக் காற்றுக்கும் அசையாதிருக்கிறது
ஒரு பட்டுப்போன மரம்
அடிக்கடி
அல்லது எப்போதாவது
அவர்கள் அதனிடம் செல்வார்கள்
அதனுடன் பேச முயல்வார்கள்
தோற்றுப் போவார்கள் பின்
செய்ய ஏதுமற்று அமர்ந்திருப்பார்கள்
எழும்போது சுற்றிமுற்றிப் பார்ப்பார்கள்
யாரும் தங்களைப் பார்த்துவிட்டிருக்கக் கூடாது
நியாயமான அச்சம்
வேகவேகமாகத் திரும்பிப் பார்க்காமல்
நகர்வார்கள்
நாற்பது வயதைத் தாண்டியவர்களின்
ஒரே நிஜமான விருப்பம்
அந்த மரத்தின் அடியில்
புதைக்கப்படுவதாகவே எப்போதுமிருக்கிறது
இறந்தபின்
ஏன், இறக்கும் முன்பும்
தருணம் வாய்க்க வேண்டும்

ஸ்ரீவள்ளி கவிதைகள்

தோற்றுக் காலத்தை வேறெப்படி வெல்வதாம்?

என் தளும்பும் மனதில்
ஒரு கப்பல் ஆடியாடிச்
செல்கிறது அதிலிருக்கிறோம்
என்றோ பார்த்துக்கொண்ட
நானும் நீயும்
கடற்பறவைகள் அதை இயக்குகின்றன
உப்புக் காற்றில்
என் மூச்சு உன் மூச்சு
பேதமில்லை
ஒவ்வொரு முத்தத்திலும்
தாழை பூக்கிறது
பின்னிக்கிடக்கிறோம்
அடப்பங்கொடிகளாய்
சிவப்புப் பாசிகள் பவழங்கள்
நிழல்களற்ற நினைவில்
என்றைக்குமான பிரத்யட்சம்
கண்களைத் திறந்தால்
கடல் வற்றிப் போய்விடுமெனத்
திறக்காதிருக்கிறேன்
கரைசேரும்போது
கண் திறந்தால் போதும்

இரவில் சுவரைப் பார்த்துக் கவிதை எழுதுபவர்கள்

நகரம் இரவில் வேறொரு நகரமாகிறது
நகரத்தில் பகலில் பைத்தியமாக மறுக்கும் சிலர்
இரவில் சுவரைப் பார்த்துக் கவிதை எழுதுகிறார்கள்
நகரத்தில் இரவில் சுவரைப் பார்த்துக்
கவிதை எழுதுபவர்கள்
கவிதை கேட்கும்போது சரி என்கிறார்கள்
அவர்களின் ஓர் இதயத்தில் தூக்கமின்மை
குடியிருக்கிறது
இன்னொரு இதயத்தில் ஒரு சுழற்பாதை திறக்கிறது
சொற்கள் குதித்துச் செல்கின்றன
நகரத்தில் இரவில் சுவரைப் பார்த்துக்
கவிதை எழுதுபவர்களை
கவிதை அரைக் கண்ணால் பார்க்கிறது
வாழ்க்கை திரும்பிப் பார்ப்பதில்லை

தேர்ந்தெடு

நீ மலையுச்சியிலிருந்து கீழே பார்க்கிறாய்
கீழே நான் நிற்கிறேன் போகாத பாதையில்
தடித்த பூங்கிளை உருண்டுவருகிறது
என் பார்வைக்கோ பாறை தெரிகிறது
நான் லிட்டர் கணக்கில்
ரத்தம் சிந்தத் தயாராகிறேன்
ஒன்று நீ கீழே வரவேண்டும்
இல்லை இங்கே நான் புதைய வேண்டும்
ஒன்றின் உண்மையான அர்த்தத்துக்கும்
அதன் இல்லாத அர்த்தத்துக்குமிடையில்
ஊசலாடுவது
காதலோ பொய்யோ
ஒன்றுக்குத்தான் நான்
ரத்தம் சிந்தமுடியும்
காதல் போர் அல்ல
காட்சிப் பிழையை
எத்தனை நாள் பாடுவது?

ஒரு கவிஞரைக் காதலிப்பவர்கள்
கவிஞரைவிடவும்
கவிதைகளைச் சொந்தம்
கொண்டாடுகிறார்கள்

இக்கவிதையில் வரும் நிகழ்ச்சி
நம் மத்தியில் நடக்கவேயில்லையே என
அவன் கேட்டபோது விழித்துக்கொண்டாள்
அப்போது வேறு பல கவிதைகளை
அவன்முன் பரத்தினாள்
இது நடந்ததே
இது நடந்ததே
குயில்கள் கூவிய இடத்தை
அவள் காட்டினாள்
கோட்டான் மட்டுமே அவனுக்குத் தென்பட்டது
அதன்பின்
அவள் கண்களிலிருந்து விலகிக்கொண்டான்
அதன்பின்
ஒவ்வொரு ரெஸ்டரண்டிலும்
ஒவ்வொரு கடற்கரையிலும்
கற்பனையான ஜனத்திரள் மத்தியில்
கற்பனையான ஒரு பெரிய மேஜைமீது நின்று
உரக்கக் கூவுகிறாள்
ஒவ்வொரு கவிதையின் நிகழ்ச்சியிலும்
யாரிருந்தாலும் நீ இருக்கிறாய்
எனத் தொடங்குகிறாள்
திரும்பத் திரும்ப அதையே கூவுகிறாள்
ஜனத்திரள் கலைகிறது

மேஜை வெடித்து
உடைந்து விழுகிறது
அதன் கனத்துக்கு அடியில்
சிராய்ப்புகளோடு ஒரு எலும்பு முறிவோடு
முணுமுணுக்கிறாள்
யாரிருந்தாலும் நீ மட்டுமே இருக்கிறாய்
ஒன்றைப் புரியும்படி சொல்ல
இத்தனை களேபரம் வேண்டியிருக்கிறது
கேட்க வேண்டியவர்கள்
கேட்க இல்லாவிட்டாலும்

இரு கிளைகள்

இல்லாத செடியிலிருந்து
அசலான இதழ்கள் விரிகின்றன
ஒரு கனவுப் பட்டாம்பூச்சி தேனெடுக்கிறது
பிறக்காத இரத்தினக் கை பறிக்கிறது
வேறொரு வரப்போகும்
பிறவியிலிருந்து
எனக்குத் தெரியும் காட்சி
இக்கணத்தில் கொஞ்சம்
அக்கணத்தில் கொஞ்சம்
சிந்தும்
இருப்பின் சீரான ஒளி
இரு கிளைகள்

'நாம்'

என் தொண்டையில்
நெடிதோடிய
ஒரு கப்பல் அடைக்கிறது
என் நெஞ்சத்தில்
ஒரு கடல் பேரலைக்குத் தயாராகிறது
நாளையைத் தெரியாத அச்சத்தோடு
ஓட்டிச் சிலிர்த்து
வெளிவரும் மூச்சுப் பறவை
வீட்டுக் கூரையைத்
தொட்டு மீள்கிறது
எதுவும் நடக்கலாம்
எது நடந்தாலும்
ஒரு பௌர்ணமி மெல்ல முளைக்கும்
இருளில் காணாமல் ஆக்கப்பட்ட
பாடல்களைப் பாடும்
காலம் தன் தூவியால் அதைக்
கிளுகிளுக்க வைத்தபடி கேட்கும்
'காலம் மூன்றையும் உயரத் தாண்டும்
ஒரு சொல் உண்டு, தெரியுமா'

ஸ்ரீ வள்ளி கவிதைகள்

நற்செய்தி

அநீதியானவர்கள் மீதும் பெய்யும்
மழைக் கால்களில்
உன்னுடையது ஒன்று
என்னுடையது ஒன்று
உருவகத்திலிருந்து
இருத்தலுக்கான
கதவு இன்னும்
அடைக்கப்படவில்லை

விழைவு

நான் சுவராக இருக்கிறேன்
சுவரில் தொங்கும் கடிகாரமாக இருக்கிறேன்
அதில் மெதுவாக நகரும் சின்ன முள்ளாக
வேகமாக ஓடும் பெரிய முள்ளாக இருக்கிறேன்
கடிகாரம் மாட்டப்படாத சுவரில்
பல்லியாக இருக்கிறேன்
ஆடாமல் அசையாமல்
அப்படியே நிற்கிறேன்
நேரத்தைப் போலக்
காணாமல் போகிறேன்

நல்லதே நடக்குமென்கிறார்கள்

விடிவெள்ளியைப் பற்றிப் பேசுகிறார்கள்
நானோ தரையைப் பார்க்கிறேன்
சுத்தமாக மெழுகப்பட்டிருக்கிறது
கறையின்றி தடமின்றி
எது மறந்து போனால் நல்லது
எது நினைவிலிருந்தால் நல்லது
எந்த மூடிய கைகளுக்குள் பதில்கள்
ஒளித்துவைக்கப்பட்டிருக்கின்றன
எப்போதாவது
விரல்களுக்கிடையில்
அவற்றில் ஓரிரண்டு
சிந்தும்போது
விடிவெள்ளி சிந்தத்தான் செய்கிறது

ஸ்ரீவள்ளி கவிதைகள்

பொம்மையின் நூலை ஆட்டாதிரு

ஒரு காலத்தில்
உனக்குள் இருந்ததாக எண்ணிக்கொண்டேன்
பின் உனக்குள் இல்லையென வெளியேறினேன்
பின் எனக்கு வெளியே மறைந்துபோனேன்
எதுவும் மிச்சமில்லை
பொம்மையின் நூலை ஆட்டாதிரு
என்று மட்டும் கேட்கிறேன்
சன்னமாக
உன் இதயத்தின் காதுகளை
லேசாகத் திருப்பினால் போதும்
இரைச்சலிடும் காற்றில்
இந்தப் பாறைக்கும் அந்தப் பாறைக்கும்
மோதிக்கொள்ளாதபடி
என்னை வைத்திருக்கக்கூடாதா?

மிச்சம்

வாழ்க்கை முழுக்க
சிறகுகளெனக் கைகளை
விரித்தவாறு நகர்கிறேன்
உள்ளீடற்ற கோபுரத்தைச்
சுற்றிச் சுற்றி வருகிறேன்
கால்கள் தூண்களென மயங்கி
நிலத்தில் பதிக்கிறேன் என் மீது
படரும் இல்லாத கொடிகளால்
காற்றை அலங்கரிக்கிறேன்
பெயர்களைப் புலம்புகிறேன்
இடிபாடுகளில் துரத்துகிறேன்
மண்டையோடுகளை அகழ்கிறேன்
வாழ்க்கை முழுக்க
மீண்டும் மீண்டும்
மலர்களென எண்ணிக்கொண்டு
வண்ணப் பூச்சிகளின் படுகையில்
முகம் புதைக்கிறேன்
கண்கள் அரிக்கப்படும் வரை
காட்சிகள் என்னிடமிருந்து
பறிக்கப்படுவதேயில்லை

பொருளின் பொருள்

உன்னை நேசிக்கிறேன் என்றால்
என் எழுத்தையும் தாதுக்களையும்
உனக்கு இக்கணத்தில் அடிமையாக்குகிறேன்
என்று பொருள்
உன்னை நேசிக்கிறேன் என்றால்
என் எழுத்தையும் தாதுக்களையும்
எக்கணத்திலும் நீ அடிமையாகக் கொள்ளக்கூடாது
என்று பொருள்
இந்த வேறுபாட்டின்
கைகளால் அணைக்கப்படும்போதே
காதல் இருவருக்காக ஏற்றப்படுகிறது

ஸ்ரீ வள்ளி கவிதைகள்

என்னோடு எப்போதும் யாரும் இருந்தாலும் யாரும் இருந்ததில்லை

உரத்த குரலில் என்னை
எப்போதும் அழைத்துவிடக் கூடிய
அது
யாராகவும் இல்லை
ஒரு சின்னச் சருகிலையின் மீது
பெருமழையின் அருவிக் கால்
படுவதற்கு முன்
ஒரு நொடியினும் நொடி
பதறித் தப்பித்துப்
புரளப் பார்க்கிறது

ஸ்ரீவள்ளி கவிதைகள்

இருவரைக் காதலிக்கும்போது

ஒரே சமயத்தில் இரண்டு நீலங்களில்
நீரைக் கிழிக்கிறேன்
காற்றைக் கிழிக்கிறேன்
ஒரு மார்புக்குள் என் உயிர்
ஒரு உள்ளங்கைக்குள் என் மனம்
இரண்டு கிழக்குகளை
நோக்குகிறதென் மூக்கு
இரண்டு நேற்றுகளிலிருந்து
இரண்டு நாளைகளுக்கு
ஒவ்வொரு நாளும் தாண்டுகிறேன்
இரண்டு கொள்ளைகளை
வெற்றிகரமாகச் செய்கிறேன்
சில இரவுகளில்
காரிருள் சுற்றி காரிருள்
அலறல்கள்
இரண்டு பொழுதுகள் புலர்ந்துவிடுகின்றன

மறுப்பெனும் கலை

ஒருவரைப் பிடிக்கவில்லையென்றால்
ரணத்தில் உப்புக்கல்லை நிரடி
அதைச் சொல்ல வேண்டும்
எதிர்பார்ப்புக்கும்
மறுப்புக்கும் இடையிலான
பாதையில் விளக்கு
ஜெகஜ்ஜோதியாக எரிய வேண்டும்
ஆரஞ்சுக்கும் சிவப்புக்கும்
இடையில்
நடக்கப்போவது
விபத்தாகவே இருக்க வேண்டும்
கொலையாக அல்ல

ஸ்ரீவள்ளி கவிதைகள்

இந்த அறைக்கு நீ வரப்போவதில்லை

இந்த அறையின் ஒரு சுவரில்
உனக்குப் பிடித்த புகோவ்ஸ்கி இருக்கிறார்
இன்னொன்றில் ஹென்றி மேட்டிஸ்
அவர்கள் உன்னைக் காண ஏங்குகிறார்கள்
என்னைவிடவும்
மனம் நீங்கிய நானும் இருக்கிறேன்
இன்று காலை என் மனம்
சட்டென நுழைந்த ஒரு ரௌடிப் பேரலையால்
அடித்துச் செல்லப்பட்டுவிட்டது
ஆனால் நான் குத்துக்கல்லாக
துயரத்தை இனி எப்போதுமே வெளிக்காட்டாத
பளிங்காகிவிட்ட முகத்தோடு
உறைந்த கண்ணீர்த்துளியில்
இனி இருக்கப்போகும்
வருடங்களுக்கான உப்போடு
ஒரு மாபெரும் துரதிர்ஷ்டத்துக்கு
என் முகவரியை யார் தந்தார்கள்
என்ற திகைப்போடு
இடம்பெயர்த்து பாலையில்
நட்டு வைக்கப்பட்ட செடி
தன் பிரார்த்தனையை
சூரியனிடம் வைப்பதுபோல்
உன்னிடம் வைக்கிறேன்
அபத்தத்திலும் அபத்தமாக
உண்மையிலும் உண்மையாக
என்னிலும் நானாக
அவகாசம் தராத
பிசிறற்ற
நேர்த்தியான சாவுக்கு.

சிறிய இடங்களும் பெரிய உணர்வுகளும்

ஒவ்வொரு நாளும் தூங்கப் போவதற்கு முன்
என் கை பட்டு
ஒரு கண்ணாடிப் பாத்திரம் உடைந்துவிடுகிறது
ஒவ்வொரு சில்லாய்ப் பொறுக்கி
தூக்கியெறிந்துவிட்டு
கதறுகிறேன்
என் உலகமே சிதறி வீணாகிவிட்டதென.
அது கண்ணாடிக் கிண்ணம்
இரண்டு ஸ்பூன் உப்புக்குக் கூட போதாது
உடைந்த பிறகோ
உலகத்தை வைக்கும் அளவுக்குப்
பெரிதாகிவிட்டது
இப்படித்தான்
ஒவ்வொரு இரவிலும்
சிறிய இடங்களும்
பெரிய உணர்வுகளும்
குழம்பிப்போய்விடுகின்றன
பகலிலோ
இடங்கள் வெற்றிடங்கள் மட்டுமே
உணர்வுகள்
அவற்றின் சமாதிகளுக்குள்
பதுங்கிவிடுகின்றன

ஸ்ரீவள்ளி கவிதைகள்

கதவு தட்டும் சத்தம் கேட்கிறது

வெளியே யாருமில்லை
இரவுதான் கதவைத் தட்டுகிறது
இத்தனை சத்தமாக
இரவுக்கு எவருமில்லை
கதவைத் திறந்துவிடக்கூட
எவருமில்லாத இரவு
என்ன நம்பிக்கையுடன் தட்டுகிறது?

நீங்கள் வருகை தரும்போது

ஆமாம் சரியான இடத்துக்கு வந்திருக்கிறீர்கள்
அறிவிப்புப் பதாகையைப் பாருங்கள்
'ஒரு காலத்தில் இங்கே மனம் இருந்தது'
அதுதான் உண்மை
இந்த இடிபாடுகள் சமீபத்தில் ஏற்பட்டவை
உங்கள் தலையைச் சுற்றி
வல்லூறுகள் பறக்கின்றன
நிழலைக் கொத்துகின்றன
உங்கள் கண்களுக்குள் பார்க்கின்றன
அவற்றை நான் விரட்டுகிறேன்
என்னைப் பார்க்கத்தானே வந்தீர்கள்
தலையசையுங்கள்
இனிப்பான திராட்சைக் குலையைப் போன்ற
ஒரு ஆமாம்
எங்கிருந்து வந்தவராக இருந்தாலும்
சாறுகள் சுரக்கும் ஒரு ஆமாம்
திடீர் திடீரென தீப்பற்றும் வீடுகளில்
ஒரு வீட்டின் தீயை
அணைத்துவிடுகிறது.

வேற்றுலகங்களில் இருக்கிறோம்

பேசிக்கொள்ள முடியாதென்று
பேசிக்கொள்ள முடிவதில்லை
இங்கே புற்கள் சுவர்களிலிருந்து முளைக்கின்றன
மழை பச்சையாய்ப் பெய்கிறது
வீடுகளில் புத்தகங்களைக்
கட்டிப்போட்டு வளர்க்கிறார்கள்
பூனைகளைச் சமைக்கிறார்கள்
அங்கே உன் அன்றாடம் மாறியிருக்காது
அதே கோலாகலங்கள் இளம்பெண்களுக்கு
புன்னகைத்தபடி கதவைத் திறந்துவிடும் நாகரிகங்கள்
நான் நுழைந்து சென்ற
ஓடிவந்த அதே கதவு
ஆனால்
நான் தொலைந்துவிடவில்லை
குளிரில் நோகின்றன எலும்புகள்
போர்வையின் இருளுக்குள்
உன் பெயரின் முதல் எழுத்தாக மாறி
கதகதக்கிறது உடல்
இப்படித்தான் தொடர்புகொள்கிறாய்
இப்படித்தான் உறவுகொள்கிறோம்

எமோஜிகள்

ஒருவேளை
ஒரு பூங்கொத்தை
பூ பதிலீடு செய்யலாம்
ஆனால் ஒருபோதும்
ஒரு எமோஜியால்
பூவாக முடியாது
எமோஜியை
நீ அனுப்பும்போது
ஒரு பாவனையை அனுப்புகிறாய்
நானும்
பாவனை செய்கிறேன்
நீ அன்பை வியப்பை
அனுப்பியதாக

நாம் துணிந்து பிரிந்திருக்கலாம்
ஒரு துளி ரத்தமானாலும்
உப்பும் சிவப்பும்
பாவனைக்கு அப்பாற்பட்டவை
நாம் அஞ்சியிருக்கக்கூடாது
ஒரு துளி ரத்தத்தையாவது
தந்திருக்க வேண்டும்
இறந்த காலத்தின் பொருட்டாவது

ஸ்ரீவள்ளி கவிதைகள்

வெட்கமில்லாதவன்

அண்டசராசரத்தின் ஒரே பால்வீதியாக
கொஞ்சம் ஒளிந்தும் கொஞ்சம் மின்னியும்
நான் பாராதபோது இருட்கைகளால்
என் கண்களைப் பொத்தியும்
உன் திருவிளையாட்டுக்குப் பஞ்சமேயில்லை
தழல்களாக நீ இறங்கி வந்தால்
என் நீலக் கரத்தை ஏந்தி
நகங்களுக்குள் உன்னைப் பொத்திவைப்பேன்
காந்தப் புலமாக இறங்கி வந்தால்
என் கால்களைப் பின்னும்
பாதாள வேர்களில் உயிர் துடித்திறங்க
மண்டியிடுவேன்
கனவாக நீ இறங்கி வந்தால்
அதில்
தளும்பித் தளும்பி
நகராத படகாவேன்
இப்போதோ
காலத்தின் புரையேறிய
புண்களை நக்கியபடி
அண்ணாந்து பார்க்கிறேன்
கண்கொட்டாமல்
பூமி மொத்தமும் தூங்கும்போதும்
ஒரு காதலன் காதலனாக
இருக்க மறுப்பதைவிட
வெட்கக் கேடு வேறொன்றுமில்லை

பூத்துணை

கவிதையை விரல்கள் மறந்துவிட்டன
எப்போதாவது வாசிக்கிறேன்
ஜன்னல் வழியே பார்த்தபடி
சில சமயம் அச்சப்படுகிறேன்
தலையை ஆட்டி மறுக்கிறேன்
தினமும் நடக்கிறேன்
இந்தத் தெருவை
சுற்றுப்புறத்தைத் தாண்டி
எப்போதும்
இந்த ஊரை
உலகத்தைத் தாண்டி
எதையோ கேட்க
யாரையோ பார்க்க
முடியாமல்
திரும்பி வரும்போது
பெயர் தெரியாத மரம்
உதிர்க்கும்
மஞ்சள் நிறத்தின் சின்னப் பூவை
தலையணைக்கு அடியில்
வைத்துக்கொள்கிறேன்
இருக்கிறது என்ற
சன்ன நினைப்பாக
அது மட்டுமே என்னோடு
நாளை தூக்கத்திலிருந்து
மறக்காமல் எழுந்திருக்க

வழி

எத்தனை கவனமாக நடந்தாலும்
ஆழ்பள்ளத்தில் விழுந்துவிடுகிறாய்
சில உருவங்கள் தெரிகின்றன
பூதாகார நிழல்கள்
சில கரங்கள் தெரிகின்றன
உளுத்த மரக்கட்டைகள்
சில நேசங்கள் நினைவிலாடுகின்றன
உன் பெயரின் ஒவ்வொரு எழுத்தையும்
முற்றுப்புள்ளியாக வைத்தவை
எப்போதாவது ஒரு காற்று இறங்குகிறது
குளிர்ந்து உறைகிறாய்
ஏனோ
புதைய மறுக்கிறாய்
மேம்பட்ட அருள் இருந்தால்
எனக் கண்ணீர் சொரிகிறாய்
இருந்தாலும் இருக்குமென
இமைகளை உயர்த்துகிறாய்
இருந்தாலுக்கும் இருக்குமுக்கும்
ஒரு படி ஏறுகிறாய்
ஒரு கடலுக்குள் இறங்குகிறாய்
சிறக்கும் நாளை அடைய
தெரியாத ஆயிரம் நரகங்களையும்
கற்பனையில் ஒரு சொர்க்கத்தையும்
இங்கே கடக்கத்தான் வேண்டும்

சொல்லப்பட்டது

சாம்பல் வானங்களுக்கிடையில்
எப்போதாவது தெரியும்
வெளிர்நீல வானத்தில்
திருப்தி அடைய வேண்டும் நீ
காற்றுகளின் விறைத்த கரங்களிலிருந்து
தப்பும்
ஒரு குளிர்கால மதியத்தின் முன்
மண்டியிட வேண்டும் நீ
எப்போதாவது குடிக்க முடியும்
நல்ல தேநீருக்காய்
அபூர்வமாக மனமார்ந்து
சொல்லப்படும் சொல்லுக்காய்
கண்ணீர்மல்கி
நன்றி சொல்ல வேண்டும் நீ
மற்றபடி
தூர்ந்துவிட்ட அன்பின் படிக்கட்டில்
முழங்காலிட்டு
தலைகுனிந்து அமர்ந்திருக்கும்போது
தன்னைப் பார்த்துக்கொள்ள முடியாத
அந்தக் குளத்தின்மீது மட்டும்
வேகவேகமாய்ச்
செல்கிறது நிலா
உன்னைப் பார்க்காதது போல்

ஸ்ரீவள்ளி கவிதைகள்

என் உலகத்தைத் தூக்கிச் செல்ல

இன்று நான் செய்யப்போவதெல்லாம் இதுதான்
வீட்டுச் சுவரோரங்களில்
இரண்டு ஸ்பூன் சர்க்கரையைத் தூவுவது
அதற்குமுன் என் கண்களைக் கழுவுவேன்
இருபது நொடிகள்
நன்றாக சுத்தமாக
அவை பார்த்த சாவுக் காட்சிகளை அகற்ற
எப்போதுமே
என்னைக் கைவிடாத எறும்புகள்
சர்க்கரையை மொய்க்க வரும்
அதில் ஒரு சின்னஞ்சிறு எறும்பு
அதைவிடப் பன்மடங்கு பெரிய
ஒரு சர்க்கரைத்துகளை
தூக்க முடியாமல் தூக்கிச் செல்லும்
அது எனக்குக் கற்றுத் தரும்
தூக்க முடியாத என் உலகத்தை
நானும் தூக்கிச் செல்ல
விட்டகல

ஸ்ரீ வள்ளி கவிதைகள்

அலறல்

பேசாமலிருந்தால்
ஏன் பேசாதிருக்கிறாய் என்று
கேட்காதிருப்பவர்களிடம்
பேசாதிருப்பதால் என்ன பயன்?
என் கண்ணை
உற்று நோக்கும் கண்ணாடியில்
என் கண் பார்க்கும்
இத்தனை கருவளையங்களில்
ஒன்றுக்காவது
நீ பொறுப்பேற்கத்தான் வேண்டும் என
ஒரு நாள்
உன் வீட்டுக் கண்ணாடியில்
என் பிம்பம்
வந்து சொல்லத்தான் போகிறது

ஸ்ரீவள்ளி கவிதைகள்

புல்லின் தன்னந்தனியர்கள்

யாருக்கும் தெரியாதபடி
கவிதை எழுதுவதோ
எழுதியதை அழிப்பதோ
மறந்துவிடுவதோ தவறில்லை
சுய இன்பத்துக்குச் சமமான இன்பம் அது
சுய இன்பம் என்றால் முகம் சுளிப்பவர்கள்
மரபுவாதிகள் அவர்கள்
இனப்பெருக்கத்தைத் தொழுகிறார்கள்
நிலம் முழுதையும் நிறைக்க விரும்புகிறார்கள்
அதற்காக ஆர்ப்பரிக்கிறார்கள்
ஒரு புல்லின் முனையில் படுத்துக்கொள்ள
இடமிருந்தால் போதும் என்பவர்களைப்
புல் கண் திறந்து பார்க்கிறது
அவர்கள் தன்னந்தனியாக உறங்கும்போது

பழைய கடிதத்தைப் படித்துப் பார்த்தேன்

அதில் ஒரு ஜோடிக் கண்களை
அத்தனை கொஞ்சியிருக்கிறேன்
அவற்றில் மூழ்கியதாக அவை என்னை
அடித்துக்கொண்டு போனதாக
ஒரு பெருங்கடலின் அடியில் என் உடல்
தரை தட்டியதாக
அந்த ஒரு ஜோடிக் கண்கள்
இன்று என் நினைவில் ஓரத்தில்
இறந்துபோன ஆமையின் கண்களாக
ஏன் குத்திட்டுப் பார்க்கின்றன
மின்விசிறிக்கடியில்
ஸ்டூல்மீது
நிற்கின்ற என் கால்களை?

ஸ்ரீவள்ளி கவிதைகள்

அது அப்படித்தான்

எந்தக் கால அடுக்குகளில்
எதை நீ தவறவிட்டாய்
இப்போது தேடி எடுக்க?
ஒரு பூவின் அடுக்குக்குள்
ஓராயிரம் முறை
போய் வந்துவிட்ட
ஒரு குட்டிப் பூச்சி
தன் முயற்சியைக் கைவிடக்
கற்றுக்கொள்ளும்போது
காற்று அதை
அள்ளி அரவணைத்து
அதன் இரையின் முன்
உட்கார வைக்கிறது

எல்லாவற்றையும் சொல்லிவிடுவதுதான் நல்லது

ஆனால் அதற்கு
அபாரமான தைரியம் தேவைப்படுகிறது
நெஞ்சிலிருந்து ஒரு மலையை
வெறுங் கைகளால் நகர்த்த வேண்டியிருக்கிறது
பின்னர் அதை ஒரு சிறிய மேஜை மீது
காட்சிப்படுத்த வேண்டியிருக்கிறது
அதனோடு ஒட்டிக்கொண்டு
வந்திருக்கும்
நைந்த சிறிய இதயம்
அது பார்க்கப்படவேண்டும், கடவுளே!
ஒருவேளை அது நடக்காவிட்டால்
பேசிக்கொண்டிருக்கும்போதே
இதயத்தைத் துண்டுதுண்டாக்கி
மலை முகட்டில்
பரத்த வேண்டியிருக்கிறது
பின் ஒரு கழுகுக் கூட்டம்
அதைக் கொத்த வரும்போது
இரு வெவ்வேறு படுக்கைகளில்
வெவ்வேறு துர்க்கனவுகளில்
ஒருவர் எலும்புக்கூட்டை
மற்றவர் காண வேண்டியிருக்கிறது

ஸ்ரீவள்ளி கவிதைகள்

அவகாசமில்லாதவர்கள்

எப்போதாவது புன்னகைக்கிறார்கள்
கட்டத்தைத் தாண்டாத புன்னகை
எப்போதாவது பேசுகிறார்கள்
அளந்து ஒரு வார்த்தை
அவற்றுக்காகக்
காத்திருப்பவர்களோடு
காத்திருக்கிறது ஒரு காலம்
நாளைக்கான மலர் ஒன்றை
மிகச் சரியாக
நாளையே மலர்த்திவிடும்
வெகுளித்தனத்தோடு

உன் ரத்தத்தின் திடத்தையும்தான் ருசிக்கிறேன்

பூனையைப் போல்
காயத்தை நக்கத் தொடங்கி
பல நாட்களாயிற்று
எப்போது தொடங்கியதென்பது முக்கியமில்லை
எப்போதும் முடியப்போவதில்லை எனும்போது
எப்போதாவது
நொடிக்கும் குறைவாக
ஒரு மடியில் அமரக் கிடைக்கும்
கிடைக்கப் போகாத
வாய்ப்புக்காக
இக்கணத்தில் தளர்கிறேன்
அத்தனை காயங்களை ஏற்கிறேன்
அத்தனை துக்க ஓடைகளை அனுமதிக்கிறேன்
இப்போது
நூறு நாக்குகளால் ருசிக்கிறேன்
கவனம் பிசகாத நாக்குகள்
சொல்லில் குருதி ருசிக்க
ஒரு காலத்திலிருந்து
இன்னொரு காலத்துக்குத்
தாண்டுவதாக
ஒவ்வொரு நொடியும் தரப்படும்
என்றால்
வேறெதுவும்
பனிமல்கும் என் மழைக் கண்ணிடம்
இனி
கேட்கப்படாதிருக்கட்டும்

ஸ்ரீவள்ளி கவிதைகள்

இரவின் இரு முகங்கள்

இந்த இரவு
உன்னை ஒரு கூட்டிலிருந்து
(தாய்ப் பறவையைப் போல)
எடுத்துச் சென்று
ஒரு பழங்காலத்தில் விடுகிறது

அங்கிருந்து நீ
பழகிய புல்வெளியைப் பார்க்கிறாய்
பசும் அலைகளிலிருந்து ஒரு தட்டான்
உன் உடலின் கண்களை
(ஓராயிரமாவது இருக்கும்)
தட்டித் திறக்கிறது

நீ நீயாக
அப்போதில்லாதபோது
வேறு யாராக இருந்தாய் என்று
உனக்குத் தெரியாதபோது
(அநேகமாக உனக்குத் தெரிவதில்லை)
இந்த இரவு
உன்னை ஒரு பாழடைந்த வீட்டுக்குள்
எத்தித் தள்ளுகிறது

அதன் எல்லா அறைகளிலும்
தொங்கும் மின்விசிறிகளில்
(பூச்சு உதிர்ந்துவிட்ட சுவர்கள் பார்க்க)
தயக்கமில்லாமல்
தூக்குமாட்டிக் கொள்கிறாய்

விசாரித்தல்

என் கண்களைப் பார்க்காதவனை
வேறொருத்தி
தன் மேஜை டிராயருக்குள் வைத்திருந்தாள்
நான் பார்க்கும்போது
அவள் டிராயரைத் திறந்தாள்
மெல்ல எட்டிப் பார்த்தவன்
அவள் கையில் தாவி ஏறிக்கொண்டான்
நான் கண்களைத் திருப்பிக்கொண்டேன்
அவள் சிரித்திருக்க வேண்டும்
திரும்பிப் பார்த்தேன்
அவள் கையை லேசாக உதறினாள்
மறுபடி அவன் டிராயருக்குள் சென்றுவிட்டான்
"எப்படியிருக்கிறாய்?" என்று நான்
கேட்டிருக்க வேண்டும்
அதே பழைய அன்போடு
அவனை இடறாத குரலில்
தன் உருவத்தை இன்னும்
அவன் குறுக்கிக் கொள்ளாத வகையில்
அவன் அப்போதும்
என் கண்களைப் பார்த்திருக்க மாட்டான்

ஸ்ரீவள்ளி கவிதைகள்

Déjà vu

மளிகைக் கடை நெரிசலில் இன்று
ஒரு குரல் பரபரத்து
என் அம்மா பெயரைச் சொல்லி
"நீ அவ பொண்ணுதானே?"
என்று என் கையைப்
பற்றியபோது
நான் இளம்பெண்ணாகி
குழந்தையாகி
கருவாகி
அம்மா வயிற்றுக்குள்ளிருந்து
யாரோ
அவளிடம்
"என்ன பேரு வைக்கப் போற?"
என்று கேட்க
என் பெயரை உச்சரிக்கும்
அம்மாவின் குரலில்
என் பெயரைத்
தெரிந்துகொண்டு
பிஞ்சு விரல்களால்
அதைப்
பற்றிக்கொண்டேன்

சரணாகதி

ஒரு காலத்தில் எத்தனை காலத்தை
பார்க்க முடிகிறது?
அதைப் பொறுத்தே
திறக்கப்படுகின்றன கதவுகள்
பாதைகள் புலப்படுகின்றன
இருத்தலிலிருந்து ஆவதற்கு
ஒருவரிடமிருந்து தொடங்கி
அவரிடமே வந்தடையும் அவற்றில்
இப்போது
விளக்குகள் ஏற்றப்பட்டிருக்கின்றன